திவான் பஹதூர் இரட்டைமலை ஸ்ரீனிவாசன்

திவான் பஹதூர்

இரட்டைமலை ஸ்ரீநிவாசன்

அவர்கள்

ஜீவிய சரித்திர சுருக்கம்.

———

ஆதி திராவிடர்கள்

அபிவிருத்தியை நாடி

அரசாங்கத்தார் அனுசாரணையைக்கொண்டு

ஐம்பது வருடங்களாய் உழைத்த

ஜீவிய சரித்திரத்தை

வெகு சுருக்கமாக குறிக்கப்பட்டிருக்கிறது.

RETTAIMALAI SRINIVASAN'S
LIFE HISTORY IN SHORT

Autobiography of Rettaimalai Srinivasan

(Autobiography)

ADI DRAVIDA

Fifty years of striving alongside governmental support hard for development of the *Adidravida* (downtrodden) community is briefly portrayed in this autobiography

DR. NIRMALA

ISBN

Hardcase 979-8-89961-612-9
Paperback 979-8-89777-345-9

முகவுரை.

அநேக ஆயிரம் வருஷங்களில் மிக சொற்பமான ஐம்பது வருஷ காலத்தில் தற்போது ஆதி திராவிடர்களென்றழைக்கப்படும் சமூகத்தவர் களடைந்த அபிவிருத்தியை என் ஜீவிய சரித் திரத்தில் கண்டிருக்கின்றேன். ஆதி திராவிட சமூக சரித்திரத்தில் இந்த சரிந்திரமும் சேர்க் கப்படுமென்பது என் நோக்கம்.

இதர சமூகத்தவர்களும், சமயத்தவர்களும், இச்சமூ கத்தவர், முன்னேற்றத்தை நாடி செய்து வந் திருப்பது தன்னயத்தேட்டம் என்றும், இச் சமூகத்தவர்கள் தங்கள் இடைவிடா முயற்சி யால் விருத்தி பெற்று வருகிருர்கள் என்றும் இச்சரித்திரத்தால் விளங்கும்.

ராவ் சாஹிப்

இரட்டைமலை ஸ்ரீனிவாசன்

தன் சமூகத்தினருக்கு ஒரு ஞானியாகவும்,
வழிக்காட்டியாகவும், சிநேகிதனுகவுமிருந்து,
அவர்களுடைய நன்மதிப்பைப் பெற்றூர்.—

செங்கல்பட்டு கலெக்டர்.

அரசாங்கத்தார் அபிப்பிராயம்.

—:❖:—

"1926ஆம் பிப்ரவரிமீ 20-ஆ சனிக்கிழமையன்று சைதாப்பேட்டை யில் கூடிய தர்பாரின்போது ம-ரா-ரா-ஸ்ரீ இரட்டைமலை ஸ்ரீனிவாசன் அவர் களுக்கு மேன்மை பொருந்திய (H.E.) இராஜபிரதிநிதியாகிய இந்தியாவின் கவர்னர் ஜெனரல் அவர்கள் ராவ்சாஹிப் பட்டமும் அதற்கு அறிகுறியாகிய தோர் சின்னமும் கொடுத்ததை முன்னிட்டு செங்கல்பட்டு கலெக்டர் கனம் P. சீதாராமையா பந்துலுகாரு M.A., கீழ்கண்டவாறு சொற்பொழி வாற்றினர் :—

"அடுத்தடியாக கௌரவத்தை எற்கும் பாக்கியம் பெற்றவர் தற்சமயம் பூந்தமல்லியில் வசிக்கும் ம-ரா-ரா-ஸ்ரீ இரட்டைமலை ஸ்ரீனிவாசன் அவர்களா வர். இப்பொழுது இவர் 65 வயதான வயோதிகப் பருவமடைந்த பெரியார். ஆதி திராவிடர்களுக்காக பாடுபடும் வீரர். இவர் கோயம்புத்தூர் கலாசாலையில் கல்வி பயிற்சிபெற்று கணக்கு நிர்வாகத்தில் பிரத்தியேக திறமையடைந்தார். தான் பிறந்த குலத்திற்கு தன்னூல் கூடியவாறு ஊழியம் செய்வதே இவரு டைய முக்கிய கொள்கை. 1891ஆம் இவர் பொது ஊழியத்தில் ஈடுபட்டு சென்னை (பழையர் மகாஜன சபை) ஆதி திராவிட மகாஜன சபையை நிர் ணயித்தார். 1893ஆம்த்தில் "பறையன்" என்னும் கெருக்கத்தக்க பெய ரின் காரணமாக பல தலைமுறைகளாக அநேக கஷ்டங்களுக்குள்ளாக்கப்பட்டு வரும் தன் ஜாதியினரை முன்னேற்றமடைவிக்கக் கருதி 'பறையன்' என் னும் ஒரு பத்திரிகையை பிரசுரிக்க ஆரம்பித்தார். 1893ஆம் டிசெம்பர்மீ 23-ஆ. யன்று தன்னுடைய மக்கள் உணர்ச்சிபெற்று எழும்புமாறு ராயப் பேட்டை வெஸ்லியன் மிஷன் மண்டபத்தில் ஒரு பெரிய கூட்டம் கூட்டி னர். 1895ஆம் அக்டோபர்மீ 29-ஆ டவுன் ஆலில் என்னும் இதுவலையயில் இவர்களால் நடத்தப்படாத ஒரு பெரிய கூட்டம் கூடினது. முப்பத்திரண்டு வருடங்களுக்குமுன்பே Mr. ஸ்ரீனிவாசன் (தங்கள் உரிமைகளை உணர்ந்து வாதாடி வாங்க சக்தி இல்லா) மௌனிகளாயிருந்த ஆதி திராவிடர்களுக்கு முதன்முதலாக (தங்கள் உரிமைகளை உணர்ந்து அவற்றை வெளியிடும்) உணர்ச்சியை அளித்தார். இதழற்று இருந்த இந்த வகுப்பினர் ஒன்று சேர்க்கப்பட்டு மற்ற ஜாதியினரைப்போல் இந்திய தேசத்தில் ஒரு தனிப் பட்ட வகுப்பினரென்ற பொருப்பையையடைந்தார்கள். 1895ஆம் டிசெம்பர்மீ 6-ஆ என்னும் மறவாத ஒரு விசேஷதநாள். இவர் அப்பொழுது இருந்த வைசி ராயும் இந்தியாவின் கவர்னர்ஜெனரலுமான மேன்மைபொருந்திய (H.E.) எல்ஜின் பிரபுவின்முன் ஆதி திராவிடர்களின் பிரதிநிதிக்கூட்டம் ஒன்றைக் கொண்டுபோனர். 1896ஆம்த்தில் ஆதி திராவிடர்களின் சார்பாக சென்னை கவர்னராக இருந்த மேன்மை பொருந்திய (H. E.) வென்லாக் பிரபு இங்கி லாந்திற்குப் பிரிந்து போகும்பொழுது அவருக்கு பிரியாணுபசாரப்பத் திரிகை ஒன்றை வாசித்துக் கொடுத்தார் 1900ஆம்த்தில் Mr. ஸ்ரீனிவாசன் இங்கிலாந்திற்குப் போகும்வரையில் 'பறையன்' என்னும் பத்திரிகை நடந்து

வந்தது. பிறகு அவர் தென் ஆப்பிரிக்காவிற்குப்போய் யூனியன் கவர்ண மென்டில் 1904-ஆம் வருடம் வேலையிலமர்ந்தார். பதினெழு வருடம் விசுவா சத்துடன் வேலை செய்த பிறகு இரண்டு வருடம் கிழக்கு ஆப்பிரிக்காவி லிருந்துவிட்டு இவர் வேலையினின்றும் நீங்கினூர். 1921 ல் தனது இந்திய நாட்டிற்குத் திரும்பினூர். தென் ஆப்பிரிக்காவிலிருந்த காலத்தில் இவர் இராஜிய விஷயங்களில் தலையிடாமலே இருந்தார். தன்னுடைய ஜனங்கள் தன்னம்பிக்கை, மதுபானமின்மை, மட்டான செலவு முதலிய நற்குணங்களை விருத்திசெய்யும்வரையில் முன்னேற்றம் அடையமாட்டார்கள் என்பது இவருடைய நம்பிக்கை. ஆதி திராவிடர்கள் இராஜ விசுவாசத்துடன் இல்லா விட்டால் தங்களை ஆளும் அதிகாரிகளின் அநுதாபத்தை இழந்துவிடுவார்கள் என்பதை இவர் ஆராய்ந்துணர்ந்தார். இவர் தென் ஆப்பிரிக்காவிலும் தென் னிந்தியாவிலும் வசிக்கும் தன் சமூகத்தினருக்கு ஒரு ஞானியாகவும், வழிக் காட்டியாகவும், சிநேகிதனுகவுமிருந்து அவர்களுடையநன்மதிப்பை பெற்றூர். தன் தாய்தேசத்திற்கு திரும்பிய இரண்டு வருடங்களுக்குப் பிறகு சென்னை சட்டசபை அங்கத்தினராக நியமிக்கப்பட்டு அன்றுமுதல் இன்றுவரையில் அச்சட்டசபையில் ஆதி திராவிடர்களின் நன்மைக்காக கண்ணும் கருத்து மாய் உழைத்துவருகிரூர். தான் பிறந்த குலத்தின் முன்னேற்றத்திற் காக சுமார் 35 வருட காலங்களாக இவர் தளரா ஊக்கத்துடனும் உற் சாகத்துடனும் உழைத்து வயோதிகப் பருவமும் அடைந்தார். இம்மாதிரி யான அமரிக்கையும் வெளிப்பிரஸ்தாபமுமற்ற ஊழியத்தின் பலனை இவர் தன் வகுப்பினரின் நன்கோக்கத்தையும் மரியாதையையும் பெற்று இருக்கி ரூர். வகுப்புவாத கிளர்ச்சிகளில் ஈடுபடாத நற்குணத்தினுல் இவரை மற்ற வகுப்பிலிருக்கும் பொதுநல ஊழியர்களும் கௌரவிக்கின்றனர். நம்முடைய இராஜதானியில் பேதைகளாய் இடுக்கண்களுக்குள்ளாகிக்கிடக்கும் ஆயிரக்கணக் கான மக்களினிடையே முதன்முதலாக தோன்றி உழைத்துவந்த இவருடைய உபகாரத்திற்காக அரசாங்கத்தார் இவருக்கு ராவ்சாஹிப் என்னும் பட்டத்தை மகிழ்ச்சியுடன் அளிக்கிறூர்கள். இவர் என்றும் பொதுமக்களிடையே உழைத்துவரவேண்டுமென்று விரும்பி என்னுடைய நற்கோரிக்கைகளை கொடுப்பதோடு மேன்மைபொருந்திய இராஜபிரதிநிதியாகிய இந்தியாவின் கவர்னர்ஜெனரல் அவர்களால் அளிக்கப்பட்ட ராவ்சாஹிப் பட்டத்தையும் அதற்கான ஒரு சின்னத்தையும் மனப்பூர்வமாய் பரிசளிக்கிறேன்.''

ஜீவிய சரித்திர சுருக்கம்.

என் முன்னோர் சாம்பவ சந்ததியார் என்றும், ஈஸ்ட் இந்தியா கம்பெனி காலத்தில் தஞ்சாவூரிலிருந்து வியாபார சார்பாக சென்னபட்டணம் வந்ததாக என் பெரியோர்கள் சொல்லுவார்கள்.

நான் செங்கல்பட்டு கிராமங்களிலொன்றில் 1860-ம் வருஷ பிறந்தேன். கோயம்புத்தூர் கலாசாலையில் நான் வாசித்தபோது சுமார் 400 பிள்ளைகளில் 10 பேர் தவிர மற்றவர்கள் பிராமணர். ஜாதி கோட்பாடுகள் மிக கடினமாய் கவனிக்கப்பட்டன. பிள்ளைகளிடம் சிநேகித்தால் ஜாதி, குடும்பம், இருப்பிட முதலானவைகளை தெரிந்துகொண்டால் அவர்கள் தாழ்வாக என்னை நடத்துவார்கள் என்று பயந்து பள்ளிக்கு வெளியே எங்கேனும் வாசித்துக்கொண்டிருந்து பள்ளி ஆரம்ப மணி அடித்தபிறகு வகுப்புக்குள் போவேன். வகுப்பு கலையும்போது என்னை மாணுக்கர்கள் எட்டாதபடி வீட்டுக்கு கடுகென நடந்து சேருவேன். பிள்ளைகளோடு கூடி விளையாடக்கூடாமையான கொடுமையை நினைத்து மனங்கலங்கி எண்ணி எண்ணி இந்த இடுக்கத்தை எப்படி மேற்கொள்ளுவதென்று யோசிப்பேன். கணக்கர் தொழிலில் தேர்ந்து நீலகிரி என்னும் மலைநாட்டில் ஐரோப்பிய வியாபாரசாலைகளில் கணக்கராக இருந்த பத்து வருடகாலமட்டும் திண்டாமை என்பதை எப்படி ஒழிப்பதென்னும் கவலை எனக்குள் ஓயாமலிருந்தது.

1890-ம் வருஷ சென்னைக்கு வந்து ‘‘பறையர்’’ என்போரை இதர ஜாதியாரைப்போல் மேல் நிலைக்குக் கொண்டுவந்து மதிக்கும்படி செய்வதெப்படி என்று மூன்று வருடமாய் பல ஆராய்ச்சிகள் செய்தேன். தெற்கு நோக்கி ரெயில் மார்க்கமாகவும் பெரும்பாலும் நடந்தும் கும்பகோணத்தில் பாழாக்கப்பட்ட நந்தன் கோட்டை மதில், தோல்காசு நந்தன், கலம்பகம் பாடிய நந்தன், கம்மாளர் கட்டியிருந்த காந்தகோட்டையானது சாம்பவ ராஜகுமாரியால் அழிக்கப்பட்டது, திருநாளைப்போவார் என்னும் நந்தனூர் நின்று துதித்த இமகுளக்கரை, அதையடுத்த மடம், திருசிராப்பள்ளி சாம்பவ சாம்பான், தஞ்சாவூர் பிரவியபடை சாம்பான் பெரியாசாயி, மாரியாம்மை, திருவாளூர் இயாக சாம்பான் முதலானவர்களைத் தகனம்செய்த இடங்களில் கட்டியிருக்கும் திருபணிகள், யானை யேறும் பெரும்பறையன் சமாதி, அவர் சந்ததியாருக்குத் திருவாளூர் இயாக சாம்பான் ஆலயத்திலுள்ள உரிமைகள், அவர்கள் வளாயில் ஒரு இரவு தங்கி விசாரித்துக்கொண்டு பல தேவாலயங்களை அடுத்து ஆங்காங்குள்ள இவ்வினத்தவர்களைக் கண்டும் குளிக்கவும் குடிக்கவும் ஏரற்று, வசிக்கும் குடிசை நிலையற்று, நடக்க பாதையற்று, பிழைக்க வழிவகையயற்று, எங்கு சென்றுலும் திண்டாமை என்னும் கொடுமைக்காளாகி வாய்திறந்து பேசினுல் அடி படுவெதுமான குறை கோள்களைக் கேட்க்கும் அதிகாரிகளும் ஜாதி இந்துக்களுக்கு அஞ்சி வஞ்சகமாய் நடப்பதுமான ஆற்றொருணை துன்பத்தினின்று அவர்கள் படும் துயரத்தை யுணர்ந்து பூர்வ சரித்திரத்தையும் விசாரித்தறிந்து திரும்பினேன்.

சர்க்கார் ரிக்கார்டுகளை பரிசோதித்து பார்த்தபோது 1772-ம் வருஷ முதல் இவ்வினத்தவர்பொருட்டாய் அவர்கள் கவலை எடுத்துவந்ததாக காணப்பட்டது. 1818-ம் வருஷம் இவ்வின குடியானவர்கள் முன்னேற்றமடைய

வழிவகைகளேத் தெரிவிக்கும்படி கலெக்டர்களே ரெவினியுபோர்டார் கேட்டிருந்தார்கள். அது எப்படியாயிற்றென்று தெரியவில்லே. 1893_ம் வரு கல்வி கற்பித்துகொடுக்க தலைப்பட்டார்கள். 120 வருஷம் தாண்டுவாரற்று இருந்தார்கள். 1893-ம் வரு சர்க்கார் வெளியிட்ட உத்தரவை ஒரு சிலாசாசனமாய் இவ்வினத்தார்கள் எண்ணினுலும் பலிதபடாமல் போய்விட்டது. அதற்கெடுத்தபடியாகத்தான் 1893-ம் வரு "பறையன்" என்ற பத்திரிகையை தாண்டுகோலாக வெளியிட்டேன்.

இந்த ராஜதானியில் பேதைகளாய் இடுக்கண்களுக்குள்ளாகிக் கிடக்கும் கோடிசணக்கான மக்கள் மத்தியிலே முதன்முதலாக தோன்றி உழைத்து வந்த என் உபகாரத்திற்காக அரசாங்கத்தார் எனக்கு ராஸ்சாஹிப் என்னும் பட்டம், 1926-ம் வரு ஜனவரிமாதம் 1-ந்தேதியிலும், ராப்பவஹதூர் பட்டம், 1930-ம் வரு ஜீன் மாதம் மூன்றும் தேதியிலும், திவான்பவஹதூர் என்னும் பட்டம் 1936-ம் வரு ஜனவரிமாதம் 1-ந்தேதியிலும் மகிழ்ச்சியுடன் அளித்திருக்கின்றார்கள்.

பத்திரிகை 1893-ம் வருஷம்

நான்! நான்!! என்ற மகா மந்திரத்தை ஜெபித்துகொண்டிருப்பவன் தன்னேயுணர்ந்து சகலமுமறியும் ஞானியாகி தலைவனே காண்பதுபோல நான்! நான்!! என்று எவன் ஒருவன் தன்னேயும் தன் இனத்தையும் மறக்காமல் அச்சமும், நாணமுமில்லாமல் உண்மை பேசி தன் சுதந்தரத்தை பாராட்டு கிருனே அவன் மதிக்கப்பெற்று இல்வாழ்க்கையில் சம்பத்துள்ளவனுய் நித்திய சமாதானத்துடன் வாழ்வானுகையால் பறையர் இனத்தவனெருவன் "பறையன்" என்பவன் நான்தான்" என்று முன் வந்தாலொழிய அவன் சுதந்திரம் பாராட்ட முடியாமல் தாழ்த்தப்பட்டு என்றும் தரித்திரனுப் இருப்பானுகையால் "பறையன்" என்னும் மகுடம் சூட்டி ஒரு பத்திரிகை பிரசுரித்தேன். அது 1893 வரு அக்டோபர் மீ வெளியாயிற்று. நாலு பக்கக்களுள்ள ஒரு சிறிய மாதாந்தர பத்திரிகை. விலே பிரதி ஒன்றுக்கு அணு இரண்டு. அதை கண்ட பறையர் என்ற என் குலத்தவர்கள் வெகு ஆவலுடன் அங்கீகரித்தார்கள். விளம்பரத்திற்கும் முதல் சஞ்சிகை பதிப்புக்கும் ரூ. பத்து செலவானது. இரண்டு நாளேயில் சுமார் காநூரு பிரதிகள் சென்னே நகருக்குள் விற்கப்பட்டன. மூன்று மாதத்திற்கு பிறகு வாராந்தர பத்திரிகையாகவும் இரண்டு வருஷத்திற்குபிறகு ஒரு அச்சுயந்திர சாலேபுமேற்பட்டுவிட்டது. பறையர் என்ற ஜன அங்கத்தவர்களுக்காக பரிந்துபேசுவதும், இதர ஜாதியார் செய்யும் கொடுமைகளே வெளிப்பட எடுத்துகாட்டுவதும், கவர்ண்மென்டார் அனுக்கிரகத்தை காடியும், நல்லொழுக்க ஆசாரங்களேப்பற்றியும் பத்திரிகை பிரஸ்தாபித்து வந்தது. இந்த ஜனங்கத்தவர்கள் எங்கங்கே கூடுகிருர்களோ அங்கங்கே உற்சாகமாய் பேசி வந்தார்கள். தாங்களும் ஒரு சமூகத்தவர்கள் என்று நிரூபிக்க 1895-ம் வரு அக்டோபர் மீ 7-உ மாலே வெள்ளே கொடி பிடித்து பாண்டு வாத்தியங்களுடன் பெருங்கூட்டமாய் சென்னே விக்டோரியா மகா மண்டபத்திற்குள் பிரவேசித்து தங்கள் அருமை பெருமைகளே பிரஸ்தாபித்து வெகு விமரிசையாக கூட்டத்தை நடத்திஞர்கள். இந்த இனத்தவர்கள் முதன்முதலாய் விக்டோரியா மண்டபத்தில் கூடியது அப்பொழுதுதான். கிராமமுனிசிப்புகள்முதல் கலெக்டர் கச்சேரிகளிலும் ரெவினியூபோர்டிலும் மற்றுமுள்ள இலாக்காகளிஞமுள்ள ஜாதி இந்துக்கள் பல

சூட்சமங்கள் செய்துவந்தார்கள். காங்கிரஸ்காரர்களும் ஜாதி இந்துக்களும், மதமாற்றும் பிரசாரிகளும் இந்த ஜனங்கத்தவர்களுக்குள்ளேயே ஒரு பிரி வாரும் எதிர்த்து நின்றார்கள். எதிர் பத்திரிகையும் வெளியிட்டார்கள். மற் றும் சில பத்திரிகைகள் பலமாய் தாக்கின. இந்த இனத்தவரிலொருவர் போய் பிராது செய்து நான் தேசத்தைவிட்டு ஓடிப்போக யிருப்பதாக வாரண்டில் என்னை பிடித்து அவமானப்படுத்த பார்த்தார். அது பலிதமாக வில்லை. 1896ல் "பறையன்" பத்திரிகை கடிதக்காரர் ஒருவர் ஏதோ அவதூரான விஷயம் எழுதியதை பத்திரிகையில் வெளிப்படுத்தினதின் கார ணமாகக்கொண்டு இவ்வினத்தவரின் ஒரு பிரிவார் என்னை கோர்ட்டுக்கும் இழுத்தார்கள். கோர்ட்டுக்கு இந்த இனத்தவர் பெருங்கூட்டமாய் வந்தார் கள். அவர்கள் தலேச்சிராக்களிலும் பார்ப்களிலும் "பறையன்" என்ற மகுடத்தை பூண்டு பண முடிப்புகளுடன் கோர்ட்டுக்கு வந்தார்கள். நூரு ரூபாய் அபராதம் விதிக்கப்பட்டது. அதை யார் கொடுத்தார்கள் என்று தெரியவில்லை. தங்களினத்தில் வைத்திருந்த பற்றுதலேயும் அன்பையும் வெளிப்படையாக காட்டினர்கள். இதனுல் இந்த இனத்தவர் வாய் திறக்கப் பட்டதற்கும் முன்னேறி வந்ததற்கும் சபைகளும் சமூகமு மேற்றப்பட்டதற் கும் "பறையன்" என்ற பத்திரிகையே மூலகாரணமென விளங்கும்.

இந்த இனத்தவர்கள் அபிவிருத்தியை நாடி நான் லண்டன் நகருக்கு பிரயாணமானபோது பத்திரிகையை நடத்ததக்கவர் கிடையாமல்போனதால் பத்திரிகை பிரசுரம் நிருத்தப்பட்டது. பத்திரிகை எழு வருடம் தொடர்ந்து நடைபெற்று வந்தது. இந்த இயக்கம் இந்தியா முழுமையும் பரவியதால் பல கோடிமக்களும் அபிவிருத்தியடைந்து வருகிருர்கள்.

லண்டன் நகருக்குப்போய் தாழ்த்தப்பட்டார் இடுக்கண்களை எடுத்துக் காட்டி பிரிட்டிஷாரின் அனுதாபத்தை நாடி வரவேண்டுமென பம்பாயைச சேர்ந்தபோது என் தகப்பனரும் தமையனரும் எனக்கு தந்தியனுப்பி திரும்பி வரும்படி கேட்டார்கள். சுடுகாடுபோன பிணம் திரும்பாதென்ற தீர்மானத் தோடு மேற்கு திசையை நோக்கி போகும் கப்பல்களில் முதல் கிடைத்த கப்ப லில் பிரயாணமாகி கீழ் ஆபிரிக்கா ஜான்ஸிபார் என்னும் தீவு சேர்ந்தேன். அங்கே இரண்டு வருடமிருந்து பணம் சேகரித்துக்கொண்டு தென் ஆபிரிக்கா மார்க்கமாக போனேன். டலகோபே என்னும் ஜலராமுகத்திலிறங்கி பாஸ் போர்ட்டுக்காக காத்திருந்த ஒரு வாரத்திற்குள் குளிர் ஜூரம் (மலேரியா) கண் டது. கப்பலில் கடல் காற்றில் ஆறு மாதமிருக்கவேண்டும் அல்லது அதிக குளி ரான மலேதேசத்தை சேரவேண்டும். இந்தியா திரும்பினுல் மரணம் என்றூர்கள் டாக்டர்கள். நலிப்பட்டிருக்கையில் என் இனத்தவரான ஓர் வண்ணுனும் அவர் நல்மனைவியும் எனக்குவேண்டிய சிகிச்சைசெய்து உபசரித்தார்கள். அங்கிருந்த ஓர் கனதனவானும் என்னை கூட்டிப்போய் உபசரித்தார். அதை விட்டு நெட்டால் மாகாணத்தைச் சேர்ந்த டர்பன் என்னும் துரைமுகத்தை யடைந்தேன். அங்கேயும் அந்தோனி எச். பீட்டர் என்பவர் என்னை உப சரித்து மிக குளிரான யூலே பிராந்தங்களான இடத்திற்கு அனுப்பி சர்க்கார் உத்தியோகத்திலிருக்க உதவினர். இவர்கள் மூவருடைய நன்றியை மறக்க என்னுல் முடியவில்லை. நெட்டாலில் வருளெடென்னும் நகரில் முருகன் என்பவர் ஒரு பெரிய பயிர்க்குடியானவராகவும் தனவந்தராகவுமிருந்தார். பிராமணர் யோக்கியம் என்னிடத்தில்தான் அவர் கண்டதாக என்னை

2

வற்புறுத்தி சோதானம் பெறச்செய்து என் ஆசிர்வாதம் கோரினர். ஏழை மக் களுக்கு நான் செய்த நன்றி தென்கு தன் தலேயால் நீர் தருவதுபோலாயிற்று. அந்த தேசத்தில் என் கலிதிர பல வருஷங்களாயின. குடும்ப பாதுகாப்புக்காக நான் என் தாய் தேசம் திரும்பினேன். திரும்பியபோது என் மக்களேக் கண்டு மகிழ்ந்தாலும் என் இனத்தவர் நிர்பாக்கிய நிலேயுக்காண என் டணர்தாளாததாகுமே. சுடுகாடுபோய் திரும்பிய பிணத்திற்குயிருண்டாகி லண்டன் நகரையடுத்து என் நோக்கத்தை கடவுள் நிறைவேற்றுவாரோ வென்றெண்ணினேன். சென்னே சேர்ந்தபோது சட்ட சபைக்கு ஒரு அங்கத்தவராக சர்க்கார் நியமித்த சில வருடங்களுக்குள் வட்டமேஜ மகா நாட்டுக்கு தாழ்த்தப்பட்டார்பால் ஒரு பிரதிநிதியாக லண்டன் நகருக்கு என்னே கவர்ண்மென்டார் அனுப்பினர்கள். அங்கே இரண்டு முறைச்சென்று சென்னேமாகாணத்தில் மாத்திரமல்லாமல் இந்தியா தேச முழுமையுமுள்ள தாழ்த்தப்பட்டாருக்கு வேண்டிய தேசசுதந்தரமும் மற்று மூரிமைகளேயும் அடையச்செய்தேன். இருபது வருஷங்களாய் லண்டன்போக நான் கொண் டிருந்த நோக்கம் நிறைவேறியது என் இனத்தவர்கள் பெற்ற பாக்கியமாகும்.

சமூகம்.

ஆரியர்கள் நமது தேசத்தில் குடியேறிவந்து ஜாதி கோட்பாடுகள் உண் டாக்கியபோது இப்போது பறையர், பஞ்சமர், ஆதி திராவிடர்களென்னும் திராவிடர்கள் இசையாமல் பல துன்பங்களுக்குட்பட்டுகொண்டு தனியே சேரி என்னும் தங்கள் கிராமங்களேயுண்டாக்கி கோயில், குளம், குரு, கிராம தலேவர் (நாட்டாண்மைக்காரர்) பஞ்சாயத்தார், வண்ணன், அம்பட்டன், சுடு காடு, இடுகாடு, விதவாவிவாகம், விவாக சம்மந்த விலக்கு முதலியவையுடன் கிராமங்களில் தனி சமூகமாய் வாழ்ந்து வந்திருக்கிறார்கள். தேசாயி செட்டி என்போர் இவர்களுக்குள்ளுண்டாகும் வழக்கை தீர்ப்பதாக பணம் பறித்து போகும் வழக்கம் ஒழிந்துவருகிறது. நான் கண்டித்து வந்திருக்கிறேன். இவர் கள் வெளிப்படையாய் வந்து தங்கள் சுதந்தரங்களே பாராட்டாமல் ஆரியர் ஜாதி கோட்பாட்டுக்குள்ளானவர்கள், இவர்களே யடக்கிவைத்து வந்தார்கள். இவர்கள் தங்கள் உரிமைகளேக் கேட்டு அனுபவிக்கும்படி பெரியதோர் சமூக மாக சேர்க்க முயன்றேன். பத்திரிகையில் வெளியான விஷயங்களேயுணர்ந்த இவ்வினத்தவர் தேசமெங்கும் கூட்டங்கள் கூடி தங்களுக்கிருக்கும் இடுக்கண் களேப்பற்றியும் தங்கள் அபிவிருத்தியைப்பற்றியும் பேசி வந்தார்கள். சென்னே யில் "பறையர்" மகா ஜனசபை என்ற தலேமை சபையொன்று ஸ்தாபிக்கப்பட் டது. அதற்கு நானே காரியதரிசியாகவிருந்து நடத்தி வந்தேன். 1895-ம்வருஷத் தில் ஓர் சம்பவம்நேரிட்டது. அதாவது லண்டன் நகரில் சிவில் சர்வீஸ் பரிகைஷ நடந்துகொண்டிருந்தது. அந்த பரிகைஷயில் தேருகிறவர்கள் ஆங்கிலேயரே. அவர்கள்தான் கலெக்டர்களாகவும் ஜட்ஜிகளாகவும் இன்னும் தேசபரிபால னத்தில் உத்திரவாதமான உயர்ந்த பதவிகளினின்று தேசபரிபாலனஞ்செய்து கொண்டுவந்தார்கள். அந்த பரிகைஷ இந்தியாவிலும் நடைபெறவேண்டு மென பிரிட்டிஷ் பார்லிமென்டில் காங்கரஸ்காரர்கள் தோர் மசோதா சமர்பித் தார்கள். அந்த பரிகைஷபானது இந்தியாவில் நடந்தால் ஜாதி இந்துக்கள் உயர்தர உத்தியோகங்களே வகித்து ஏழை ஜாதியாரானவர்களேத் திண்டாதார் என்ற இம்சிப்பார்களென பறையர் மகா ஜன சபையார் சென்னே வெளியின்

தீவான் பஹதூர் இரட்டைமலை ஸ்ரீனிவாசன்

மிஷன் காலேஜ் ஆலில் 1893-ம் வருஷ டிசம்பர் மீ 23-ந் தேதி ஒரு பெருங் கூட்டம் கூடி அந்த மசோதாவை எதிர் மறுத்து 112 அடி நீளமுள்ள ஒரு மனுவில் 3412 கையொப்பங்கள் சேகரித்து ஜெனரல் சர் ஜார்ஜ் செஸ்னி (Genl. Sir Geo. Chesney) என்னும் பார்லிமென்டு மெம்பரைக்கொண்டு சமர்பித்தார்கள். அதைக்கண்ட காங்ரஸ்காரர் தங்கள் மனுவை பின்னிழுத்துக்கொண்டார்கள். அதின்பின் கீழ்தர உத்தியோகங்களிலிருந்து மேல்தர உத்தியோகத்தை வகிக்க யோக்கியதையுள்ளவர்களை நியமிக்கலாமென இந்திய செக்ரடரியார் உத்தரவளித்தார். எதிர் மறுப்பு மனு அனுபந்தம் 1-ல் காண்க.

கிராமங்களில் இவ்வின குடியானவர்கள் நிலைமைய திட்டமாய் குறித்ததோடு சென்னை நகரத்திலுங்கூட மயிலாப்பூரில் ஐ கோர்ட்டு ஜட்ஜியாகவிருந்த ஓர் இந்தியர் வசிக்கும் வீட்டுக்குச் சமீபமாயுள்ள பிராமணர் தெருவில் "பறையர் உள்ளே வரக்கூடாது" என்ற விளம்பர பலகை யொன்று இருப்பதாகவும், ஜாதி இந்துக்கள் ஸ்தாபித்திருக்கும் "பச்சையப்பன்" கலாசாலையில் இவ்வினத்து பிள்ளைகளை சேர்ப்பதில்லை என்றும் மனுவில் கண்டிருந்தது. அந்த பலகை யெடுபட்டுபோகவும் கலாசாலையில் பிள்ளைகளைச் சிலகாலத்திற்குபிறகு சேர்க்கவும் இம்மனுவே காரணம்.

லேபர் கமிஷனர் ஸ்தாபிதம்.
மேற்கண்ட மனுவால் ஏற்பட்டது.

மனு பிரதிகள் பார்லிமென்டு மெம்பர்கள் ஒவ்வொருவருக்கும் கொடுக்கப்பட்டன. இதனுல் ஜாதி இந்துக்கள் குரூரமாய் பல கோடிகணக்கான உழவு தொழில் செய்யும் உழைப்பாளிகளை நடத்துவதைபற்றி இங்கிலாந்தி லுள்ள எல்லா பத்திரிகைகளும் பிரஸ்தாபம் செய்தன. இவ்வித கொடுமை இந்தியாவில் வியாபித்திருக்க இந்தியா கவர்ண்மென்டார் எப்படி அதைகவனியாதிருக்ககூடுமென்ற கிளர்ச்சியும் ஏற்பட்டு இந்தியா கவர்ண்மென்டார் நடவடிக்கை எடுத்துக்கொள்ளவேண்டுமென இந்தியா செக்ரடரியார் வற்புறுத்தியதின்பயனுக இந்தியா கவர்ண்மென்டார் சென்னை கவர்ண்மென்டாரோடு ஆலோசிக்க தொடங்கினுர்கள். இப்படி பல வருஷங்கள் சென்றபிறது ஒடுக்கப்பட்டாரை கல்வியிலும் பொருளாதாரத்திலும் விருத்திக்கு கொண்டுவரும் படி சிவில் சார்வீஸ் உத்தியோகஸ்தர்களில் வயதிலும் உத்தியோகத்திலும் மூத்தவரும் அனுபோகமுள்ளவருமான ஒருவரை இரக்ஷகராக (Protector) நியமித்து அவருக்கு ஒரு ஸ்தாபிதமும் கொடுத்து இந்த ஒடுக்கப்பட்டாரை முன்னேற்றம்செய்ய தீர்மானித்தார்கள். அதுமுதல் பள்ளிக்கூடங்கள், குடி யிருப்பு மனைகள், விவசாய நிலம் முதலியவைகளை ஒடுக்கப்பட்டார் பெற்று வருகிருர்கள். இவ்வினத்தவர் விருத்திக்காக பேற்படுத்திய இரக்ஷகரும் அவர் ஸ்தாபிதமும் கைதொழிலாளரையும் கவனிக்கவேண்டுமென பேற்பட்டபோது லேபர் கமிஷனர் என்று அவர் அழைக்கப்பட்டு வருகிருர்.

செங்கல்பட்டு ஜில்லாவில் தற்காஸ்து நிலம் இவ்வினத்தவருக்கு கொடுக்கப்படவேண்டுமென கவர்ண்மென்டாரைக் கோரியிருந்தேன். அந்த ஜில்லாவில் இவர்களுக்கு கொடுக்க ஒரு எக்கரா நிலமும்கிடையாதென்று தெரிவித்தார்கள். 1894ஆம் ஏப்ரல் 28உ கிருஷ்ணை ஜில்லாவில் வேண்டிய நிலமிருப்பதாக கலெக்டர் அட்கின்சன்துரை தெரிவித்தார். பண உதவியில்லாமல் அவ்வளவு தூரம்போய் எழைகள் விவசாயம் செய்யக்கூடாமல் போயிற்று. இப்போது

ஆயிரக்கணக்கான எக்கரா நிலம் கொடுத்துவருவதுமன்றி ஆதி திராவிட ஏழை விவசாயிகள் நேராய் கலெக்டருக்கு தற்காஸ்து கொடுத்துநிலம் பெறுவ தாக காண்கிறேம். கல்விவிஷயத்திலும் லேபர்க மிஷனர் செய்துவரும் உதவிகள் பல. தற்போது கவர்ண்மென்டார் இவர்களுக்கு செய்துவரும் அனுக்கிரகங்களானது சிவில்சர்வீஸ் பரிகூஷையை பறையர் மகாஜன சபையார் எதிர் மறுத்ததினால் தீண்டாதார் என்போர் படும் சுடும் கொடுமை வெளிப்பட் டிருலன்றே? நான் இந்தியாவில் இல்லா காலத்திலும் பறையர் மகாஜன சபையார் ஏகோபித்தும் தனிதனி அங்கத்தினர்களாகவும் அரும் பிரயாசம் செய்துவந்திருக்கின்றார்கள். இப்போதும் இனஞ்சேரா சிலரைக் காண் கிறேன்.

ஆதி திராவிடர் சமூக மேற்பட்டதெப்படி?

இராஜ பிரதிநிதியும் கவர்னர் ஜெனரலுமான எல்ஜின் (Elgin) பிரபு 1895ஐ்ல டிசம்பர்மீ 6-உ சென்னைக்கு விஜயமானபோது பறையர் சமூ கத்தை நிலைநாட்ட கருதி சென்னை நகரில் ஜெனரல் பாட்டர்ஸ்ரோடும் மவுண்டு ரோடும் சந்திக்குமிடத்தில் விசாலமான மவுண்டு ரோடுக்கு குறுக்கே நீண்ட தோர் பந்தலிட்டு அதை சிங்காரித்து மத்தியில் இரு புரங்களிலும் '' பறையர் மகாஜன சபையார். மாகூஷிமை தங்கிய எல்ஜின் பிரபு பெருமாட்டி வர வேற்பு '' என்று தங்கம்போன்ற எழுத்துகளை யொட்டி நாட்டிய பிரிடிஷ் துவஜங்கள் காற்றிலசைந்து வருக! வருக! வென்றழைக்க இந்திய அரசர் களும் மற்றும் பிரதான கனவான்களுமுள்பிரவேசித்து ரதாளுடராய்போக இவ்வினத்தவர் கண்டு களித்து மகிழ்ந்து பெருமைகொண்டாடினூர்கள். இரவிலும் தீபாலங்காரமிருந்தன.

கவர்னர் ஜெனரல் அவர்களுக்கு வந்தனேபசார பத்திரிகை சமர்பிக்க உத்தரவுபெற்று மகாஜன சபை தலைவரையும் ஆறு அங்கத்தினர்களையும் காரியதரிசியாகிய நான் கவர்னர் வீட்டுக்கு அழைத்து போனேன். போகும் வழியில் எங்களில் ஒருவர் ஓர் ஆலோசனைச்செய்து இவ்வினத்திலுள்ள ஓர் கனதனவானையும் அழைத்துபோகலாம் என்றார். அதற்கிசைந்து சென்று அந்த தனவானைக் கண்டபோது அவர் தாமதம்செய்து வார்த்தைகளாடி வரா மல்போனர். அதனுல் காலதாமதமாகி குறித்த நேரத்திற்குமேல் அரைமணி தாமதமாகிவிட்டது. எங்களைக்காணுததால் கவர்ண்மென்டு மாளிகைக்குள் பிரவேசிக்க பயந்து எங்கேனும் நாங்கள் நின்றுகொண்டிருப்போமென்று கட் டிடத்தைச்சுற்றி சேவகர்கள் தேடிப்பார்த்துக்கொண்டிருந்தார்கள். நேராய் தோம். கவர்னர் மாளிகைக்குள் இதற்குமுன் இவ்வினத்தவர் பிரவேசித் தில்லையாகையால் சிப்செக்ரடியாருக்கு இந்த சந்தேகமுண்டாயிற்று. அங்கே ஆங்கிலேய இந்தியர்கள், மகமதியர்கள், கிறிஸ்தவர்கள் எட்டு எட்டுபேர்கள் லாக சேர்ந்து நின்றேம். எங்களைக்கண்ட மற்ற சமூகத்தார் வெறுப்பும் சின சமமாக ஒரு சமூகத்தவராக அங்கீகரித்து தக்க சமாதானமான நல்மொழி கூறினர் எல்ஜின் பிரபு. அன்றுமுதல் இந்து சமூகத்தினின்று பிரிந்து வந்த இராஜபிரதிநிதிகளும் கவர்னர்களும் இவர்களைத் தனியதோர் சமூகமாக

அங்கீகரித்தும் அனுசரித்தும் வருகின்றார்கள். 1898-ஆம் மாக்ஷிமைபொருந் திய மகாராணி இந்தியா சக்ரவர்த்தினியின் அறுவதாவது ஆளுகைவிழாவின் போது வாழ்த்துக்கூறி அனுப்பிய உபசார பத்திரிகையை ராணியார் அக மகிழ்ந்து அங்கீகரித்ததாக இந்தியா செக்ரடெரியார் 1898-ஆம் ஜூன் மீ 11 உ எழுதியிருக்கின்றார். மேற்கண்ட மூன்று சமூகத்தவர்போல் பறையர், பஞ்சமர், தாழ்த்தப்பட்டார் என்னும் பலபேரால் அழைக்கப்பட்டு வந்து இப்போது ஆதி- திராவிடர் என வழங்கும் சமூகத்தவர்களுக்கு இதர சமூகத்தவர்கள்போல் அரசாங்கத்தில் காரிய நிர்வாகத்திலும், பரிபாலன நிறைவேற்றத்திலும், இராஜிய வியவகார மந்திரி பதவியிலும், பங்கு பெறும் உரிமை உண்டாகியிருக்கிறது. ஆனதால் சட்ட சபைகள், மூனிசிபாலிட் டிகள், லோக்கல் போர்ட்டுகள் பஞ்சாயத்துகள் மற்றுமுள்ள ஸ்தாபனங் களுக்கு அங்கங்களாகவும், சிவில் சர்வீஸில் உயர்தர உத்தியோகஸ்தராகவும் இந்த இனத்தவர்கள் மந்திரிகளாகவும் மேயர்களாகவும் அமையப்படுவது மன்றி கல்வியிலும் செல்வத்திலும் விருத்திஅடைற மேற்கண்ட இனத்தவர் களே நான் சேதரித்து ஒரு முக்கிய குல சமூகமாக நிலே நாட்டியதே மூல காரணமாகும். இச்சமூகத்தவர்களின் மகாசபை தொடர்ந்து நடைப்பெற்றே வந்திருக்கிறது. காலவரையறுத்தல் முன்னிட்டு பெயர் மாற்றப்பட்டது. சென்னைமாகாண தாழ்த்தப்பட்டார் ஐக்கிய மகாசபை (Madras Depressed Classes Federation) என்றும் (Scheduled Castes Party) செடியூல் காஸ்ட் பார்ட்டி என்னும் இவ்வினத்திலுள்ள கனவான்கள் நடத்திவருகிறார் கள். அதில் என்னே தலைவராக தேர்ந்தெடுத்திருக்கிறார்கள். இன்றைக்கும் இவ்வினத்தவரை ஜாதி இந்துக்கள் இம்சித்தே வருகிறார்கள். சில வருஷங்க ளாக சிவில் சர்வீஸ் பரிக்ஷை இந்தியாவிலும் நடைப்பெற்று வருகிறது. இந்த பரிக்ஷையில் தேர நமது குல வாலிபர்களும் அபேக்ஷகராகும் திரமையில் வந்தி ருப்பதால் பரிக்ஷை இந்தியாவில் நடப்பதைப்பற்றி எதிர் மறுக்கப்படவில்லே. நித்திய கருமானுஷ்டடங்களே நடத்துகிறபோது என் இனத்தவர்கள் தௌர்ப் பாக்கியமான நிலேமையை நினேத்து அவர்கள் அபிவிருத்தியடைந்து வாழக் கிருபைகூற கடவுளே நோக்கி நான் பிரார்த்தித்து வருகிறேன்.

தங்கள் சமூகத்தை சீர்தூங்க பாடுபடுபவர்கள் வம்ச பாரம்பரியமாய் சகல சம்பத்துடையவர்களாவார்கள்.

கல்வி.

தாழ்த்தப்பட்டும் ஏழைகளாகவும் மௌடிக்யமுள்ளவர்களாகவுமிருக்கும் இச்சமூகத்தாரை உடர்த்தவேண்டுமாளுல் கல்வியை அவர்களுக்குள் பரவச் செய்யவேண்டுமென கருதி G.O. 68-1893 கவர்ண்மென்டார் உத்தரவு ஒன்று வெளிப்படுத்திருர்கள். அது ஒரு சிலாசாசனமென்றே சொல்லலாம். குறைந் தது எழு பிள்ளைகள் வாசிக்க சேர்ந்தால் அதை ஒரு பள்ளிக்கூடமாக கவர்ண் மென்டார் ஒப்புக்கொண்டு கிருண்டு தொடுக்கவேண்டும் என்றும் இன்னும் பல அனுகூலமான விதிகளும் அதில் இருந்தன. தீண்டாதாருக்கு போதிக்க ஜாதி இந்துக்கள் முன்வராமலிருந்துவிட்டார்கள். தீண்டாதார் ஜனசமூகத் தில் உபாத்தியாயர்கள் கிடைக்கவில்லே. சென்னை நகரில் மதமாற்றத்துக் கென்று அவரவர்கள் ஸ்தாபித்திருந்த பள்ளிக்கூடங்களுக்கு கவர்ண்மென் டார் உத்தரவு அனுகூலமாயிராததால் அந்த விதிகளின்படி இந்த இனத்து பிள்ளைகளே சேர்த்துக்கொள்ள மனமில்லாதவர்களாயிருந்தார்கள். ஆகையால்

கவர்ண்மெண்டார் உத்திரவு சென்னை நகருக்குள் பலிதப்படாமல் போய்விட்டது. இந்த தௌர்பாக்கியமான நிலையை கவர்ண்மெண்டாருக்கு 1898-ம் (ஹு) அக்டோபர் மாதம் 21-ந் தேதி தெரிவித்தேன். நான் தெரிவித்ததின் பயனுக சென்னை மூனிஸிபாலிட்டியார் பாடசாலைகளை ஸ்தாபிக்க வேண்டி உத்திரவளித்தார்கள். நாளுக்குநாள் உயர்தர கல்வியில் தேர்ந்துரை இவ்வினத்தவர் ஆரம்பித்துவிட்டார்கள். சர்க்கார் ரிக்கார்டுகளை பரிசோதித்து பார்த்தால் 1772 வருஷ முதல் சர்கார் இவ்வினத்தவர்பொருட்டாய் கவலை எடுத்துவந்ததாக காணப்படுகிறது. அக்காலத்தில் பார்லிமெண்டுக்கும் நமது கவர்ண்மெண்டாருக்கும் கடிதபோக்கு வரவு நடத்து எம்மின குடியானவர்கள் பொருட்டாய் அநேக காரியங்களை நடத்தி இருக்கின்றனர். 1818 வருஷம் ரெவென்யூ போர்டார் கலெக்டர்களை நம்மின குடியானவர்களின் நிலைமையைப்பற்றி விசாரித்திருக்கின்றார்கள். பிறகு எப்படியோ கவனியாதிருந்து 1893-ம் வருஷம் கல்வி கற்பித்துகொடுக்க சர்க்கார் தலைப்பட்டார்கள், அப்போதும் சர்க்கார் முயற்சி பலிதப்படாமல் போயிற்று. கிராம முனிசீப்பு முதல் ரெவின்யூ இனிஸ்பெக்டர்கள் தாசில்தார்கள், டெப்ப்டி கலெக்டர்கள், கலெக்டர்கள், ரெவின்யூ போர்டுமட்டுமுள்ள உத்தியோகஸ்தர்கள் ஜாதி இந்து இன பந்துக்கள், அவர்களுக்குள் நிலபாத்திபழுள்ளவர்கள் அநேகர். இவ்வின குடியானவர்கள் முன்னேறாமல் குட்சமா குட்சிகளை இச்சாதி இந்துக்கள் செய்துவந்ததே காரணம். 121 வருஷம் தாண்டவாரம்று இருந்துதுபோல இனியுமில்லாமல் எம்மினத்தவர்களுக்குள் கல்வியை பரவச்செய்ய விடாமுயற்சியாய் இடைவிடாமல் பாடபடவேண்டுமென அந்த 1893-ம் வருஷத்தில் "பறையன்" பத்திரிகை பிரசுரித்தேன். அது ஒரு தாண்டேகாலாயிற்று. லேபர் கமிஷனர் மூலமாகவும் டைரெக்டர்மூலமாகவும் வருஷா வருஷம் 20, 30 லக்ஷம் ரூபாய் சர்கார் செலவு செய்து கல்வி போதித்து வருகிறார்கள். இவ்வினத்தின்பேரால் பெற்றதைத் தாங்களும் அனுபவித்து தங்களினத்தவர்களுக்கும் உதவி இனத்தை விருத்திசெய்யவேண்டும். முன்னேற்றத்திற்கு கல்வியே முக்கிய காரணமாகும்.

சென்னை சர்வகலா சங்கத்தில் 10 வருடமாக அங்கத்தினராக ஆகி இராவிடர் அபிவிருத்தியை கண்ணும் கருத்துமாய் காத்துவருகிறேன்.

சட்ட சபை.

நான் சட்ட சபையைச்சேர்ந்த மூன்று மாதங்களுக்குள் ஒரு தீர்மானத்தை சபை முன்பாக கொண்டுபோனேன். சபையார் யேகவாக்காய் ஒப்புக்கொண்டார்கள். அதாவது, தாழ்த்தப்பட்ட வகுப்புகளைச் சேர்ந்தவர்கள் பொது ரஸ்தாக்கள், கிணறுகள், பொது கட்டிடங்கள், மார்கட்டுகள் முதலியவைகளை உபயோகிப்பது கவர்ண்மெண்டார் கொள்கை. தீர்மானத்தை அறுபந்தம் 2-ல் காண்க.

மதுவிலக்குவதை ஆரம்பிக்க கருதி வாரத்திற்கொருநாள் ஞாயிற்றுக்கிழமைகளிலும் பண்டிகை நாட்களிலும், கவர்ண்மெண்டார் விடுமுறை நாட்களிலும் சாராயக்கடைகள் மூடப்படவேண்டுமென ஓர் தீர்மானம் சட்டசபை முன்பாக கொண்டுபோனேன். அதைச் சபையார் எற்றுக்கொண்டார்கள். சில மாதங்கள் மட்டும் சாராயக்கடைகளை ஞாயிற்றுக்கிழமைகளில் மூடிவைத்திருந்து அதனுல் கலால் வருமான குறைவுபடுகிறதென்று கவர்ண்மெண்டார் கடைகளை மறுபடியும் வழக்கம்போல் திறந்துவிட்டார்கள்.

எழுதப் படிக்கத் தெரியாத பாமர ஜனங்கள் பத்திரங்களில் கைநாட்டு அல்லது விரல் முத்திரை போடவேண்டுமாளுல் தாஸில்தார்களுக்கு முன்பாகவோ அல்லது அவர்களைபோன்ற பொருப்பாளிகள் முன்பாகவோ சாட்சிகளுக்குமுன் பத்திரத்தில் அடங்கிய விஷயங்களை தெளிவாய் வாசித்துகாட்டி கைநாட்டு அல்லது விரல் முத்திரை போடும்படிசெய்து சாட்சிகள் கையொப்பங்களும் செய்யவைத்து மேற்கண்ட பொருப்பானவர்களும் கையொப்பமிட்டு பத்திரத்தை பூர்த்தி செய்யவேண்டும். கிராம முனிசிப்புகள் கணக்கர்கள் முன்பாக கைநாட்டு விரல் முத்திரைபோடப்பட்ட பத்திரங்கள் செல்லப் படாது என்று ஒரு மசோதா கொண்டுபோனேன், அதை கவர்ண்மென்டார் அங்கிகாரம் செய்யயவில்லே.

முனிசிப்பு, கணக்கர் முதலானவர்களை வம்ச பரம்பரை பரியத்தை கொண்டு சர்க்கார் நியமனம் செய்யக்கூடாதென்று ஒரு தீர்மானம் கொண்டு போனேன். அதைபற்றி இந்த ராஜதானியிலுள்ள மேற்படி உத்தியோகஸ் தர்கள் கூட்டங்கள்கூடி வெகு வலுவாய் எதிர்த்திருக்கின்றார்கள். அந்தத் தீர் மானம் இன்னமூழும் சபைக்கு மூன் வரவில்லே.

கிராம முனிசிப்பு கோர்ட்டுகளில் குற்றவாளிகளை தொழுவத்தில் போட்டுவைக்கும் சட்டத்தையும், வழக்கத்தையும் எடுபட செய்ததுமல்லாமல் தொழுவங்களைச் சுட்டெரிக்கவும் செய்தேன்.

உப்பு வரி முற்றிலும் எடுபடவேண்டுமென ஒரு தீர்மானம் சபைக்கு முன் கொண்டுவரப்பட்டது. உப்பு விலே மிகக் குறைவாயிருப்பதால் ஏழை களுக்கு அதனுல் கஷ்டமில்லே. உப்பு வரியால் சர்க்காருக்கு வரும் வருமானத் தைக்கொண்டு ஏழைக் குடிகளுக்கு உபகாரம் செய்யலாமென்று நான் எதிர்த் தேன். வரி எடுபடவில்லே. அப்படி எடுபடாததால் இந்தியா கவர்ண்மென் டார் சென்னை கவர்ண்மென்டாருக்கு பத்து லக்ஷத்திற்கு மேலாக கொடுக்க வேண்டிய யேற்பாடிருந்தது. அது ஆதி திராவிடர்களுக்கு கவர்ண்மென்டார் கொடுப்பார்களென எண்ணினேன். அதை வேறு காரியத்திற்கு சர்க்கார் உபயோகித்துக்கொண்டார்கள்.

நில வரியைக் குறைக்கவேண்டுமென ஒரு தீர்மானம் கொண்டுவரப்பட் டது. நிலசுவான்கள் சாகுபடி செய்யக்கூடியதற்கு மேலாக விஸ்தீரமான நிலங்களை வைத்துக்கொண்டிருக்கிரார்கள். அடுத்த கவர்ண்மென்டு நிலத்தை சாகுபடிசெய்து பிழைக்க ஏழை குடியானவர்கள் மனு செய்துகொண்டால் நீர் பிடிப்பு, மேய்கால், மாடுகள் போகும்வழி, பொங்கலுக்கு மாடுகள் சேர்ந்து நிற்குமிடம், ஒரு கல்லே நட்டுவிட்டு எல்லேப்பிடாரியை பூசைசெய்யுமிடம் என்னும் பலவித ஆட்சேபணைகள் செய்து, உழவு உழைப்பாளிகளுக்கு நாளொன்றுக்கு இரண்டு அணை கூலியும் சரிவரக்கொடாழல் தனவந்தராய் தங்கள் பிள்ளேகளை கல்வியில் தேற்றி பெரும் உத்தியோகஸ்தராகச் செய்து மேல் மெத்தை வீடுகளிலும் மோட்டார்களில் சுற்றி சுகம் பெற்றிருக்கும்வர் கள் நிலவரி செலுத்த சக்தியற்றவர்களென்றுஎல்வளவும் ஒப்புக்கொள்ள கூடியதல்லவென்று பலயாய் எதிர்த்து தாக்கினேன். வரி குறைக்கப்பட வில்லே.

சபையின் பல கமிட்டிகளில் வீற்றிருந்தேன். அங்கே நான் பேசிய விஷயங்கள் அனேகம். பல கமிஷன்களுக்கு முன்னால் சாக்ஷியம் கூறியுமிருக்கின்றேன்.

சட்ட சபையில் தாழ்த்தப்பட்ட இனத்தவரான கனம் தங்கிய அங்கத்தோர்கள் தங்கள் தொகுதியில் என்னை தலைவராக தெரிந்தெடுத்து வைத்திருந்தார்கள். பதினைந்து வருடம் சட்டசபையில் வீற்றிருந்தேன். பின்னும் தற்போது நடக்கும் சட்டசபைகளில் மேல்சபை (Legislative Council)யில் நான் நியமிக்கப்பெற்று வீற்றிருக்கின்றேன்.

பழக்க வழக்கம்.

இந்த சரித்திரத்தை அச்சிடப்போகும் தறுவாயில் ஆதி திராவிடர்களைப் பல இடுக்கண்களால் ஜாதி இந்துக்கள் வாதித்து வரும் பழக்கம், வழக்கம், மாமூல் என்பவைகள் வேரோடு களைந்தெரிய ஓர் மசோதாவை ராவ் பகதூர் எம். சி. ராஜா கொண்டுபோனார். இரண்டு சட்ட சபைகளும் அங்கீகரித்திருக்கின்றன. இந்த சட்டமும் பிரிடிஷ் மலையாளம் ஜில்லா ஆலய பிரவேச சட்டமும் பல்லில்லா பாம்புகளை யொத்தன. இச்சட்டங்களை மீறினவர்கள் பேரில் சிவில் கோர்ட்டில் தாவா தொடுக்கவேண்டுமாம். ஜாதி இந்துக்கள் அவைகளைப் பசியால் வருந்த செய்து கொன்றுவிடாமல் இவ்வினத்தார் காப்பாற்றினால் சிலநாளில் பற்கள் முளைத்துவிடும்.

வட்டமேஜை மஹாநாடு.

சவர்க்கட்சி மகாசபை என்னும் வட்டமேஜை மஹா நாட்டுக்கு என்னையும் டாக்டர் அம்பேத்காரையும் இந்தியாவில் தாழ்த்தப்பட்டார் பிரதிநிதிகளாக கவர்ண்மென்டார் தேர்ந்தெடுத்து வரவழைத்திருந்தார்கள். நாங்க இருவரும் நகமும் சதையுமாகவிருந்து உழைத்தோம். 1928—1929-ம் வருஷங்களில் நடந்த மகா சபைக்கு நாங்களிருவரும் சென்றிருந்தோம். 1930-ம் வருஷம் டாக்டர் மட்டும் மஹா சபைக்குப் போனார். என் ஆலோசனையை கேட்க இந்திய இராஜபிரதிநிதி கமிட்டிக்கு (Viceroy's Consulta-tive Committee) என்னை அழைத்துக்கொண்டார்கள். இந்தியாவிலுள்ள இந்த ஜனங்கத்தாரவர்களுக்கு தனி தொகுதியும் வோட்டு உரிமையும் மற்ற சமூகத்தார்களைவிட அதிக அனுகூலமாச அனுக்கிரகிக்கப்பட்டது. இதின் அடுத்த இரண்டு மூன்று எலக்ஷன்களில் தாழ்த்தப்பட்டோர் தெரிந்துகொள்ளுவார்கள். சில நாட்களில் தாழ்த்தப்பட்டோர் உயர்த்தப்பட்டோராகியும் வெகு வலுவான சமூகத்தவர்களாகியும் ஆட்சியை கைப்பற்றும் நிலைக்கும் வந்துவிடுவார்கள். இதையறிந்த ஜாதி இந்துக்கள் தாழ்த்தப்பட்டோர் தங்களினின்று பிரிந்து பெரியதோர் தனி சமூகமாக ஆகாதவண்ணம் தங்களோடு சேர்ந்துகொள்ள ஆலய பிரவேசம் என்னும் தீண்டாமையை பொழிப்பதென்னும் கிளர்ச்சி செய்துவருகிறார்கள்.

இந்த மகாசபை நடந்துகொண்டிருக்கும் காலத்தில் நேர்ந்த இரண்டொரு சம்பவங்களை மாத்திரம் சுருக்கி சொல்லுகிறேன். ஜார்ஜ் மன்னரையும் இராணியையும் காணும்பொருட்டு வின்சர் காஸ்சல் (Windsor Castle) என்னும் ராஜமாளிகைக்கு சபைக்கு சென்றிருந்த இந்தியா பிரதிநிதிகள் அழைக்கப்பட்டார்கள். என்னுடனும் சக்கரவர்த்தி, சக்கரவர்த்தினி இருவரும் கை குலுக்கி உபசரித்தார்கள். இப்படியாக மூன்றதடவை நடந்தது.

ராஜமாளிகையில் சிற்றுண்டியும் பரிமாரப்பட்டது. பின்னுமோர்தடவை மன்னவரிடம் சம்பாஷிக்க சேர்ந்தது. தீண்டாமை என்றால் என்னவென்று மன்னவர் வினவினர். மேல்ஜாதியான் என்போன் கீழ்ஜாதியான் என்போனைத் தீண்டமாட்டான் என்றபோது "ஒரு கீழ்ஜாதியான் தெருவில் விழுந்து விட்டால் மேல்ஜாதியான் தூக்கிவிடமாட்டானு" என்று மன்னவர் பின்னும் வினவினர். தூக்கிவிடமாட்டான் என்றபோது மன்னவர் திடுக்கிட்டு அசைந்துநின்று "அவ்விதம் நடக்க என் ராஜிபத்தில் விடவேமாட்டேன்" என்றார். மன்னவர் மாளிகைக்குள் பிரவேசிக்கவும் மன்னரோடு கைகுலுக்கி பேசவுமுண்டான பாக்கியம் நமது சமூத்தைபொருந்தியதல்லவா? இதர சமூகத்தவரோடு நம்மையும் சமமாக மன்னவர் நடத்தியதினால் ஆங்கிலேய அரசாட்சி எவ்வளவு அன்பும், அருமையுமானதென்றும், நம்மினம் முன்னேறவுஞ் செய்ததென்றும் விளங்குகிறது.

சிவில் சர்வீஸ் பரீகூ இந்தியாவில் நடைபெறகூடாதென்று தாழ்த்தப் பட்டார் எதிர் மறுத்ததைமுன்னிட்டு விவாதம் நடந்தபோது காங்ரஸுக்கு சார்பாகவிருந்த நார்ட்டன் (Eardly Norton) துரை அவர்கள் எளிதமாய் தாழ்த்தப்பட்டோனுபிருக்கும் கான் பாடிங்டன் (Paddington) என்னும் ஓர் குக்கிராமகுடிசையினின்று சென்ட் ஜேம்ஸ் (St. James Palace) என்னும் ராஜ மாளிகைக்குப்போக அபேட்சிக்கின்றேன் என்றார். வட்டமேஜை மகா சபை சென்ட் ஜேம்ஸ் மாளிகையில்தான் நடந்தது. ஒருநாள் அம்மாளிகை யின் ஒரு பெரிய அறையில் நான் வீற்றிருக்கும்போது நார்ட்டன் துரை சொன்னது என் ஞாபகத்திற்கு வந்தது. நான் புன்சிரிப்புகொண்டு ஏழை மக்களின் பொருட்டாக நடப்பதெல்லா மிறைவன் செயலென மகிழ்ந்தேன்.

நான் இந்தியா திரும்பிவந்தபோது மகாசபையில் இவ்வினத்தவர்பால் நடந்த விஷயங்களை என் சொந்தசெலவில் பிரசுரம் செய்தும் பல கூட்டங்கள் கூட்டியும் விளக்கிக்காட்டினேன்.

(புதிய சீர்திருத்தம்) பூனு ஒப்பந்தம்.

இந்த ஒப்பந்தத்திற்கு பிறது மாகாண சட்டசபையானது (மேல் சபை) கவுன்சில் (Council) என்றும் (கீழ் சபை) அசம்பிளி (Assembly) என்றும் சென்னையில் அமைக்கப்பட்டிருக்கிறது.

கூட்டுத்தொகுதி.

அசம்பிளியில் ஒடுக்கப்பட்ட வருப்பினர்களே இதர சமூக ககூிக்காரர்கள் தங்கள் பக்கம் சேர்த்துக்கொள்ள முயன்றார்கள். அசம்பிளிக்கு தேர்ந்தெடுக் கப்பட்ட 30 மெம்பர்கள் தனியானதோர் கட்சியாயிராமல் அவர்களில் 27 பேர் கள் காங்ரஸ் கட்சியில் சேர்ந்துவிட்டார்கள். இவர்களே தெரிந்தெடுத்தவர் களும் (Voters) தெரிந்தெடுக்கப்பட்டவர்களும் (Elected members) தங் கள் சமூக சேவை இன்னதென்றும் அதனுல் உண்டாகும் பலாபலன்களை கவனியாதவர்களாகவோ தெரியாதவர்களாகவோ நடந்துவருகிறார்கள் என்பதை தெரியாமல் கூட்டு தொகுதியாலுண்டான கெடுதி என்று இச்சமூகத் தவர்களில் பலர் அபிப்பிராயம் கொள்ளலாம். அறியாமையோ வறுமையோ இதற்கு காரணமாகக் கொள்ளவேண்டுமேயொழிய கூட்டு தொகுதியில் மாத்திரமல்ல தனித்தொகுதியிலுலும் மேற்கண்ட காரணங்களால் கெடுதியே நேரிடும்.

தனித்தொகுதி.

சென்ற 1938ஆம் நவம்பர்மீ கார்ப்பொரேஷன் தேர்தல் நடந்தபோது ஆதி திராவிடர் சமூகத்திற்கென்று தனித்தொகுதியில் ஒதிக்கிவைத்த ஸ்தானத்திற்கு அபேக்ஷகராக நின்றவர்கள் இதர சமூகத்திற்கும் இதர கட்சிக்கும் நிற்பதாக சொல்லி நிற்க ஆதி திராவிட சமூக (ஒட்டர்கள்) தெரிந்தெடுப்பவர்கள் சம்மதம் கொடுத்து ஆதரித்தார்கள். இதனால் இங்கிலீஸில் கல்வியும், சற்று பொருட்செல்வமும் விதரணையும் தேர்தல் காரியங்களே நன்கநிந்தவர்களும் தங்கள் சமூகத்தை அலட்சித்து இதர சமூகத்தையும் இதர கட்சியையும் ஆதரித்ததாக தெரியவருகிறது. சமூகத்தவர் செய்யும் குற்றத்திற்கு பூஹ ஒப்பந்தம் செய்தோரை நிந்திப்பேன். தேச சரித்திரத்தையும் ஆதி திராவிட சமூகத்தவர் சரித்திரத்தையும் பார்த்தால் ஒப்பந்தத்தில் கண்டிருக்கும் பத்து வருஷங்கள் பத்து கொடிகள்போல் பறந்துவிடும்.

ஒப்பந்தத்தை அநுபந்தம் 3-ல் காணலாம்.

நானும் என் சகா அம்பேத்காரும் வட்டமேஜை மகாநாட்டில் வேண்டிய பாடுகள்பட்டு வாக்குரிமைக்கான யோக்கியதை இச்சமூகத்தவருக்கு வெகு சுலபமாய் மட்டுபெடுத்திஞேம். இவ்வினத்தவர் வாக்குரிமைகளால் சட்டசபையில் அங்கத்தினவராய் அமைந்த 30 பேரில் 27 பேர் தங்கள் வாக்குரிமை களே இதர கட்சியாருக்கு பலி கொடுத்துகொண்டிருக்க இச்சமூகத்தவர் கவனியாதிருப்பதை பார்க்க என் மனம் வருந்துகிறது. சமூகச் சேவை செய்வோர் தங்கள் சந்ததி செழிக்க உழைப்பவராவர்.

ஆலய பிரவேசம்.

தீண்டாமை என்பது இந்தியாவிலிருக்குமட்டும் பூரண சுயராஜியமேற்படுவது சாத்தியமல்லவென்று ஜாதி இந்துக்கள் உணர்ந்து தீண்டப்படாதவர்களே ஆலயங்களுக்குள் விடுவதாக ஆலயபிரவேசம் என்னும் மசோதா ரூபமாக இயக்கத்தை ஜாதி இந்துக்கள் கவர்ன்மென்டார் மூலமாக சட்டசபைக்கு கொண்டுவந்தார்கள். அந்த மசோதாவை சட்ட சபைகளிரண்டும் அங்கீகரித்து சட்டமேற்படுத்திவிட்டன. பிரிடிஷ் மலையாளம் ஜில்லாவில் இந்து ஆலயங்களில் தீண்டாதாரென்னும் இந்துக்கள் உள்பிரவேசிக்க விட அநுசரிக்கவேண்டிய கிரமங்கள் அந்த சட்டத்தில் கண்டிருக்கின்றன. கூடிய சீக்கிரம் அமலுக்கு வரும்போலும். அநேக முக்கியமான ஆலயங்கள் ஆதி திராவிட சமூகத்தைச் சார்ந்த பெரியோர்கள் தகனமான இடத்தில் கட்டப்பட்டனவென "பறையன்" என்ற பத்திரிகையிலும் சமீபகாலத்தில் திண்டு பத்திரிகையிலும் பிரஸ்தாபித்திருக்கின்றேன். ஆதி திராவிடர் ஆலயங்களில் பிராமணர் முதலாக சகல ஜாதியாரும் மதஸ்தரும் பிரவேசித்து வணங்கலாம். ஆனல் ஜாதி இந்துக்கள் ஆலயங்களில் தங்களுக்குள்ளடங்கி யிருக்கும் நாலு ஜாதியாரைத்தவிர வேற யாரும் பிரவேசிக்கக்கூடாது.

ஜாதி இந்துக்கள் ஆலயங்களே ஆதி திராவிடருக்கு திறந்துவிட்டால் விருப்பமுள்ளவர்கள் பிரவேசிக்கலாம். ஜாதி இந்துக்கள் தங்கள் ஆலயங்களே திறந்துவிட அவர்களுக்குள்ளே ஆலோசித்து நிர்மானித்துக்கொள்ளட்டும். "ஆலயப் பிரவேசம்" என்னும் திண்டு பத்திரிகையில் இதை வெகுவாய் பிரஸ்தாபித்திருக்கின்றேன்.

"சனுதன தருமம் என்பதை நிலைநாட்ட இந்துக்களில் ஓர் பிரிவார் சென்ற வருஷம் சென்னையில் கூட்டமாய் கூடியபோது ஒரு துண்டு பத்திரிகை பிரசுரித்து கொடுத்தேன். அதில் திருச்சிராப்புரம் சாம்பவ சாம்பான் என்பவரை ஜம்புகேஸ்வரர் என்றும், தஞ்சாவூர் பிரவிடை சாம்பான் என்பவரை பிரதீஸ்வரர் என்றும், திருவாரூர் தியாக சாம்பான் என்பவரை தியாக ராஜ பெருமாள் என்றும் பெயர் மாற்றி அவர்கள் தகனம் செய்யப்பட்ட இடங்களில் கட்டியிருக்கும் திருபணிகளை கைப்பற்றிக்கொண்டு, மானியம் திரவிய முதலான உரிமைகளை அபகரித்ததுமல்லாமல் சாம்பவ சந்ததியாரை அத் திருப்பணிகளுக்குள் பிரவேசிக்க வொட்டாமல் நீக்கி வைத்திருப்பது தருமமா வென்று கேட்டிருக்கின்றேன்.

மதமாற்றல்.

இந்துக்கள் அடக்கத்தினின்று தாழ்த்தப்பட்டார் மதமாறவேண்டு மென்று டாக்டர் அம்பேத்கார் பகிரங்கமாய் பிரஸ்தாபித்தபோது தாழ்த்தப் பட்டார் இந்துக்கள் அடக்கத்திலில்லே, தாங்களிருக்கும் மதத்திலிருந்து கொண்டே ஆண்மையான வீரத்துவத்துடன் முன்னேறவேண்டுமென்று உடனே தந்திமூலமாக பிரஸ்தாபித்தேன். இந்துக்கள் அனுசரிக்கும் நாலு வர்ணங்களிலொன்றிலேனும் சேர்கிராதால் தாழ்த்தப்பட்டார் இந்துக்கள் அடக்கத்திலில்லே என்பது வெளிப்படை.

பௌத்த மதம் :—1882-ம் வருஷ மாதம் ஸ்ரீ பிளாவட்ஸ்கி அம்மையையும் கர்னல் ஆல்காட்டு அவர்களேயும் நீலகிரியில் தரிசித்து அவர்களுடன் சிலநாள் பழகிவந்தேன். யோகானுபவ சங்கத்தில் சேர்ந்து அதின் தலைவராயிருந்த கர்னல் ஆல்காட்டு அவர்களால் தீக்கைபெற்றேன். பௌத்த மதத்தை சிர் தூக்கி அவர் பேசுவார். 1900-ம் வருஷம் அம்மதத்தை தாழ்த்தப்பட்டார் சமூகத்தில் நுழைக்க தொடங்கினர். சமூகத்தில் பிரிவினையுண்டாகுமென அஞ்சி அவரை பத்திரிகைமூலமாய் தாக்கினேன். ஒருவரையொருவர் தான் தோன்றிய தம்பிரான் என்று தர்க்கித்துக்கொண்டோம். சிலர் அம்மதம் புகுந் தார்கள். பறையர் என்பதைவிட பௌத்தர் என்பது சிலாக்கியமானதென்று சொல்லிக்கொண்டார்கள். சில இடங்களில் மடங்களைக் கட்டிக்கொண்டார்கள். பறையர் அல்லது ஆதி திராவிடர்கள் என்னும் சமூகத்தவர்களுக்கு கல்வியி லும் பொருளாதாரத்திலும் சர்க்கார் கொடுக்க யேற்படுத்தியிருக்கும் உதவி பௌத்த மதஸ்தராய் மாறிய சமூகத்தவர்களுக்கு கிடைக்கக்கூடாததாயிற்று.

இந்து சம்யவாதிகளென்னும் ஜாதி இந்துக்களும் தமிழ் சமயிகளான தாழ்த்தப்பட்டாரும் ஒரே மதசார்பினராவர். ஜாதி இந்துக்கள் செய்யும் கொடுமையை தாளமுடியாமல் தாழ்த்தப்பட்டார் மதமாறிபோகிறார்கள். தொளர்பாக்கிய நிலையினின்று சிர்தூக்கவேணுமென தாழ்த்தப்பட்டார் பல நூற்றுண்டுகளாக மூறையிட்டதற்கிணங்கி கல்வியிலும் செல்வத்திலும் விருத் திப்பெற கவர்ண்மென்டார் பல வருடங்களாக உதவி புரிந்துவருகிறார்கள். தாழ்த்தப்பட்டார் சமூகத்தினின்று மதமாறி வேறு சமூகத்தில் சேர்ந்து கொண்டவர்கள் தங்களை தாழ்த்தப்பட்டாரோடு சேர்த்து உதவவேண்டுமென விதண்டவாதம் கவர்ண்மென்டாரிடம் தொடுத்திருக்கிறார்கள். கவர்ண்மென் டார் சட்டப்படி சமூகங்களின் வரையறையேற்பட்டிருக்கிறது. ஒரு சமூகத்

தவருக்கு கவர்ண்மென்டார் கொடுத்த உதவியை மற்றொரு சமையத்தார் பெற கூடாது. ஒரு மதத்தினின்று வேறொரு மதத்திற்கு மாறினால் ஒரு சமூகத்தி னின்று வேறொரு சமூகத்திற்கு மாறினவர்களாவார்கள். அவர்கள் முன் னிருந்த சமூகத்திற்கு கிடைத்த உதவியை மாறியிருக்கும் சமூகத்தினின்று பெறக்கூடாது. அப்படி பெறச்செய்தால் மதமாறியவர்களே முழு உதவியையு மேற்றுக்கொள்வார்கள். அன்றியும் தங்கள் மதமாற்றும் சூட்சியுமுண்டாகு மென தாழ்த்தப்பட்ட சமூகத்தார் ரீதி கொள்ளுகிறார்கள். மதமாறி வேறு சமூகத்தைச் சேர்ந்தவர்கள் தனிப்பட தங்களுக்கு வேண்டிய உதவியை சர்க் காரிடமிருந்து பெற்றுக்கொள்ளுவது உத்தமம். இந்தக் கருத்தைக்கொண்டு சட்ட சபையில் பலதரம் பேசியும் பத்திரிகைகளுக்கெழுதியும் வருகிறேன்.

இந்திய காங்ரஸ்.

1884ஆம் சென்னையில் அடையார் என்னுமிடத்தில் தியாசமிக்கல் சொஸயிட்டி என்னும் யோகானுபவ ஞான சககத்தின் வருஷாந்தர உற்சவம் நடந்தது. சங்கத்தில் நானும் ஒர் அங்கத்தினர். அந்த உற்சவத்திற்கு வங்காள பாபுகளும், பம்பாய் பார்சிகளும், எமது மாகாண பிராமணர்களும், ஐரோப்பா, அமேரிக்கா, இலங்கை முதலான தேசங்களிலிருந்து பலரும் வந்து கூடினூர் கள். நானும் போய்க்கூடினேன். கர்னல் ஆல்காட் என்பவர் சங்கத்தின் தலைவர். அப்போது வங்காள பாபுகள் ஒரு ஆலோசனை செய்தார்கள். அதாவது இந்தி யர்கள் இம்மாதிரியாகக்கூடி அரசியல் விஷயமாய் ஒரு சபை நடத்த கூடுமென் பது. அவர்கள் கல்கத்தா திரும்பியபிறகு இந்தியா காங்ரஸ் என்பது 1885-ம் ஆம் ஏற்பட்டது. இந்த காங்ரஸ் உற்பத்தியானதற்கு காரணஸ்தர் அவர்தா னென்று கர்னல் ஆல்காட் தன்னை சொல்லிக்கொள்வார்.

இந்தியா காங்ரவில் மிக தனவந்தரும் மேதாவியருமே இருந்து நடத்தி அரசாட்சியை கைப்பற்றவேண்டுமென்னும் நோக்கத்துடன் பேசியும் நட வடிக்கை நடத்தியும் வந்தார்களேயொழிய கோடி கணக்காய் இந்தியாவில் தாழ்த்தப்பட்டும் மிக எழ்மைத்தனத்திற்குள்ளாக்கப்பட்டுமிருக்கும் தங்கள் தேசத்தவர்களின் முன்னேற்றத்தை எவ்வளவும் நினைத்தார்களில்லே. அத னூல் காங்ரஸ்காரரிடம் வெறுப்பும் எதிர்ப்பும் தாழ்த்தப்பட்டாருக்குண்டாகிக் கொண்டிருக்கின்றன. 1894-ம் ஆம் சிவில் சர்வீஸ் பரீட்சை இந்தியாவிலும் நடைபெறவேண்டுமென பார்லிமென்ட்டுமுன்பாக காங்ரஸ்காரர் கொண்டு போன மசோதாவை தாழ்த்தப்பட்டார் எதிர்மறுத்து வெற்றிபெற்றூர்கள். 45 வருஷங்களாக காங்ரஸ்காரரோடு தாழ்த்தப்பட்டார் வாதம் தொடுத்து கொண்டிருக்கிறார்கள்.

1918-ம் ஆம் திரு. காந்தி அவர்கள் வெளி கிளம்பி அவரும் அவர் சார்பா யுள்ளவர்களும் தீண்டாமையை யொழிக்கவேண்டுமென ஜாதி இந்துக்களிடம் இருபது வருஷங்களாய் கிளர்ச்சிசெய்து வருவது கானகத்தே பெய்யும் மழை போலிருக்கிறது. திரு. காந்தி அவர்கள் காங்ரஸுக்கு கற்பிக்கும் மேல்கிகாரி யாக விளங்குகிறார். தீண்டாமையை யொழிக்கவேண்டும் என்னும் இயக்கத்தை பரவச்செய்துவருகிறார். தீண்டாமையை யொழிக்கவேண்டுமென்று சொல்ல ஜாதி இந்துக்கள் கா திரும்பியிருக்கிறதேயொழிய அவர்கள் மனம் திரும்ப வில்லே. தாழ்த்தப்பட்டாரில் ஒரு சிலர் சொல்லுவது : '' தீண்டாமை என்னும்

திவான் பஹதூர் இரட்டைமலை ஸ்ரீனிவாசன்—1893.

பேய் ஜாதி இந்துக்களை பிடித்தாட்டுகிறது. தாங்களே அதை ஒட்ட முடியாது. நாங்கள் தடியெடுத்தால் ஒரு வருஷத்திற்குள் நாட்டைவிட்டு துரத்தி விடுவோம். கலகம் பிறந்தால் நியாயம் பிறக்கும்". கலகம் கொடிய துன்பத்திற்குள்ளாக்கும். அதினின்று மீள வெகு நாள் செல்லும் என்பேன். விரோதமும், வெறுப்பும், மமதையும் பாவமானவைகள். அரசியல் தந்திரங்களையறிந்து ஆட்சியை கைப்பற்றும் முறையை நாடி உழைப்பதே உபாயம். அதற்கு ஆதி திராவிடர் சமூகத்தை வலிவுசெய்யவேண்டும் ஆட்டுக்கடாக்கள் சண்டையில் புகுவதும், ஆடு கூனகிறதென்று குந்தி அழுவதும் மந்தையில் பாய்ந்து கொள்ளையாடுவதுமான ஜாதி இந்துக்களைக் காண்கிறோம். இவர்களே அகட்டியும், பதவிக்கும் பணத்திற்கும் சமூகத்தை வஞ்சிப்பவர்களே வழிப்படவும் செய்யவேண்டும். காங்ரஸ்காரரும் ஜாதி இந்துக்களும் சுயராஜிய முறையில் ஆட்சி நடத்திவருகிறார்கள். இன்னும் பூர்ண சுயராஜியம் பெற பாடுபடுகிறார்கள். அவர்களைத் கைப்பற்றுமுன் எதிர்மறுத்து நின்று ஆதி திராவிடர்கள் தங்கள் சமூகத்தை வலிவுபடுத்தி தீவிரமாக கரையேறவேண்டும். நஷ்டமும் கஷ்டமும் தங்களுக்குண்டாகுமென ஜாதி இந்துக்கள் உணருமட்டும் தாழ்த்தப்பட்டாருக்கு வழிவிடமாட்டார்கள் என்பது என் அனுபவம். நாம் சமூகத்தைத ஆதரித்து சமூக சேவை செய்யவேண்டும்.

திரு காந்தி அவர்கள்.

திரு காந்தி அவர்களைக் கல்வியாளரும் கனதனவான்களரும் எப்பவும் சூழ்த்திருப்பார்கள். 1895-6-ம் வருஷத்தில் பச்சையப்பன் கலாசாலையிலும் 1902-ம் வருஷம் கீழ் ஆபிரிகா, ஜான்ஷிபார் தீவிலும் இவர் உபநியாசத்தைக் கேட்டிருக்கின்றேன். தென்னுப்பிரிகா பீனிக்ஸ் என்னுமிடத்தில் அவர் உப வாசமிருந்து முடிவான பத்தாம் நாள் அவரைக் கண்டேன். என்னை உப சரித்து அன்பு பாராட்டினர். அன்றுமுதல் அவர் சிநேகம் எனக்குண்டாயிற்று. அது 1906-ம் வருஷத்திலிருக்கலாம். அவர் இந்தியா திரும்பியதும் தீண்டாமையைப்பற்றி கிளர்ச்சிசெய்தார். 1920-ம் வருஷ ஒரு பஹிரங்க கடிதம் எழுதினேன். அதை ஒரு சிறு புத்தகரூபமாய் பிரசுரித்தேன். வட்டமேஜை மகாநாடு நடந்தபோது பலதரம் ரந்திரந்தேன். தனித்தொகுதி தாழ்த்தப்பட்டாருக்கு கொடுக்க அவர் உயிர்போனலும் விடமாட்டேன் என்று வாதம் தொடுத்தார். தாழ்த்தப்பட்டாருக்கு தனித்தொகுதி கொடுக்கப்பட்டது. பூனாசேர்ந்து எரா வாடா சிறைச்சாலையிலிருக்கும்போது தாழ்த்தப்பட்டாருக்கு தனித்தொகுதி யேற்பட்டதால் தன்னுயிரை மாய்த்துக்கொள்ளுவதாக உண்ணுவிரதம் ஆரம்பித்தார். சிறைச்சாலையில் மூன்றுதரம் கண்டேன். வாதாடி வெற்றி பெருவதை இவர் தவிர்த்து உண்ணுவிரதமிருப்பது வீரத்தன்மையை யிழந்து இரக்கத்தைத்தேடவேண்டியவராளேர் என்பதைக்கண்டு என் மனதிரங்கி பூனா ஒப்பந்தத்தில் கையொப்பமிட்டேன். அவருக்கு அசரீரி கேழ்ப்பதைப்பற்றி அடிக்கடி பிரஸ்தாபிப்பார். அசரீரி வாக்கை நானும் கேட்டிருக்கின்றேன். அநேகர் கேழ்க்கும் அருள்பெற்றிருக்கிறார்கள். அதைப் பிரஸ்தாபிக்கக்கூடாதென்று பத்திரிகை வாயிலாய் வெளியிட்டேன். அவர் சென்னை வந்தபோது அவருடன் நான் சம்பாஷித்ததைச் சிறு புத்தகரூபமாய் வெளியிட்டிருக்கிறேன். தாழ்த்தப்பட்டார் சார்பாக பல லகூம் கணக்கான பணத்தை வசூலித்து அவர்கள் பிள்ளைகள் கல்விக்காக செலவழித்தார். தீண்டாமையை ஒழிக்க

20 வருடங்களாக அவர் கிளர்ச்சிசெய்துவந்தும் ஜாதி இந்துக்களின் கல்மனதி னின்று நாருரிக்க அவரால் முடியயவில்லே. தாழ்த்தப்பட்டாரை ஹரிஜனங் கள் என்று இவர் பெயர்சூட்டி அழைத்துவருகிறார். "ஹரிஜனம்" என்னு மோர் பத்திரிகையும் பிரசுரம்செய்து வருகிறார். அவர் மனம்போனபடி யேதேதோ எழுதிவருகிறார். அவைகளில் பெரும்பாலும் தாழ்த்தப்பட்டார் அபிப்பிராயமல்லவென்றே சொல்லலாம். அது தன்னயதேட்டம், அவர் அசரீரி வாக்கைக் கேட்டறியும் அருள் பெற்ற ஒரு நல்ல ஆக்மா !

என் இல்வாழ்க்கை.

நான் கடனுக்காளாகாமலிருந்து வருவதும், எதிர்த்து பேசாத என் பிராணேசியின் சாந்த குணமும், சமூகத்திற்குழைக்க எனக்கு சாத்தியமா யிருந்தது. இதைச் சென்னே ஒட்டேரி மயானத்தில் அவர் சமாதிக் கல்லில் குறித்திருக்கின்றேன்.

முடிவுரை.

பத்திரிகை பிரசுரிக்க நான் ஆரம்பித்தபோது வயோதிகமான பெரி யோர்கள் என்னேக்கண்டு ஆசீர்வதிக்கும்போது " அப்பா ! நீர் விதைத்த விதை புளியம் விதைப்போல் வேரூன்றி, பெரும் விருட்சமாகி, பலமாய் மோதி அடிக்கும் பெரும் புயல் காற்றுக்கு வளேந்து கொடுத்து, செழித் தோங்கி, பயன் தருவதுபோலாகும்; மற்ற விருட்சங்கள் புயல் காற்றை எதிர்த்து வளேயாமல் முறிந்து கெடும் " என்றூர்கள். கடல் கொந்தளிப்பில் பெரும் அலேகள் ஒன்றின்பின் ஒன்றுக மோதி தாக்குவதுபோல் இதா சமூ கத்தவர்களான ஜாதி இந்துகள் இச்சரித்திரத்தில்கண்ட ஐம்பது வருடகாலத் தில் தாக்கியத் தாக்குதலுக்கெல்லாம் வளேந்து கொடுத்து அவர்களிடம் வெறுப்பு, விரோதம், தேசத்தில் கலகம் முதலியவைகளுக்கு இடங்கொடாமல் இராஜ விசுவாசிகளாய் கிராமங்களில் குடியானவர்களாக இருக்கும் இச்சமூ கத்தார் மண்ணேக்கிளரி தேசமக்களே போஷித்து வருவதோடு, விதரூண மான வாக்குரிமையின் வலிமையைப்தெரிந்து, தங்கள் கரத்திலிருக்கும் தாத் வர்கள். இச்சமூக மக்கள் இனி வருங்காலத்தில் நாட்டிற்கு நல்லதோர் கூடன்றுகோலாக வலுக்க இறைவன் அருள் புரிவாராக.

அநுபந்தம் 1

சிவில் சர்விஸ் பரீகைஷ எதிர் மறுப்பு.

கிரேட்பிரிட்டன், ஐயர்லாந்து பார்லியமெண்டிலுள்ள மகா கனந்தங்கிய காமன்ஸ் என்னும் சபையாருக்கு.

சென்னையிலும் அதைச்சார்ந்த சுற்றுப்புறங்களிலும் வசிக்கும் பறையர் என்னும் வகுப்பினர் பகிரங்க சபையாகக்கூடி அதிவிஷயமாய்த் தெரிவித்துக் கொள்ளும் விண்ணப்பமாவது :—

இச்சென்னை ராஜிதானியில் இப்பொழுதாகியிருக்கும் குடிமதிப்பின் பிரகாரம் தென்னிந்தியாவிலுள்ள பிரஜைகளின் மொத்தத் தொகையில் சற்றே குறைய 90 லக்ஷம் அல்லது 100-க்கு 25 வீதமாகக் கணக்கிடப்பட்டிருக்கும் பறையர் என்னும் வகுப்பினருக்கு பிரதிநிதிகளாகிய தங்கள் விண்ணப்பதாரிகள் தங்கள் கனம்பொருந்திய சபை சமூகத்துக்கு முன் ஜெனரல் செஸ்ஸ் என்னும் பிரபுவானவர் கொண்டுவந்திருக்கும் முகமதிய பிரஜைகளின் விண்ணப்பத்திற்கொத்ததாய், எகக்காலத்தில் சிவில் சர்விஸ் பரீகைஷயானது இந்தியாவிலும் இங்கிலாந்திலும் நடத்தேறிவரப்படாது என்பதை ஊர்ஜிதப்படுத்துகிறார்கள். அதை எப்படி ஊர்ஜிதப்படுத்துகிறார்க ளென்றுலோ சிவில் சர்விஸ் பரீகைஷயானது எகக்காலத்தில் இந்தியாவிலும் இங்கிலாந்திலும் நடத்தப்படவேண்டுமென்னும் எற்பாடானது தமிழ்நுக்களில் வங்காளிகள் பிராமணர்கள் என்னும் இரு வகுப்பினர்கள் கொள்ளும் உயர் பதவியான உத்தியோக அபேகைஷயை வெளியிடுவதாகவே தோன்றும். இந்த அபேகைஷயை சுதேச பத்திரிகைகள் காத்தும் பேசுகின்றன. இது ராஜாங்கத்தில் ஆங்கிலேயபர் மாத்திரம் சிறந்த சில உத்தியோகங்களே ஒப்புக்கொள ளச்செய்யும். சிவில் சர்விஸ் உத்தியோகங்களினின்று அவரவர்களே தீர கேகச்செய்து கடைஇயாய் அந்த உத்தியோகங்கள் அனைத்தையும் ஹிந்துக் களே கைப்பற்றிக்கொள்ளச்செய்யும் மேற்கண்ட நியாயங்களினும் இன் னும் பல நியாயங்களினும் இந்த எற்பாடு நிவாரணிக்கப்படத்தக்கதா யிருக்கிறது.

சீர்திருத்த கிஃழமைக்குக் கொண்டுவரப்படவேண்டியவர்களாயிருக்கிற பறையர் தற்காலத்திலும் முந்தாலத்திலும் நிட்டும் கொடுங்கொள்மையான அடிமைத்தனத்திலிருந்து வருவதற்கு முதற் காரணஸ்தர்கள் பிராமணர் களே. ஆங்கிலேயரோடு பிராமணர்களே ஒப்பிட்டுப்பார்க்கில் நன்னெறி விஷயங்களில் பிராமணர்கள் கேவலஸ்தராவார்கள். அற்காலம் இந்த பிரா மணர்கள் மாத்திரமே மேல் உச்சமாய் உயர்தர பதவிக்கு வரும் பரீகைஷயில் தேறுகிறவர்களாவார்கள் என்னும் கோக்கம் தங்கள் விண்ணப்பதாரர்களுக்குத் தீர்க்கமாய்த் தெரிந்திருக்கிறது. தேசபிரமாணத்திற்கேற்றபடி பறையருக்கும் இந்த எற்பாடு ஹானியை விளைவிக்கும். பறையர்களென்னும் இந்த வகுப்பி னர் விவசாயத்தொழில் செய்துவருபவர்களுக்குள் பெரும்பாலும் மேல் உச்ச மானவர்கள். பல தேசத்தார்களுக்குள் இருக்கிறபிரகாரமாய் விவசாயத் தொழில் செய்துவரும் பறையர் இந்தியாவில் ராஜாங்கத்தவர்களுக்கு ஊன்று கோலாயிருந்தே வந்திருக்கிறார்கள். ஆகையால் பவுல் என்னும் துரை தங்க எது எனந் தங்கிய சமூகத்தில் கொண்டுவந்திருக்கும் இந்த நூதன எற்பாட் டைத் தடுக்கப் பிரார்த்திக்கின்றார்கள்.

வெளி ஜில்லாக்களில் மேல் ஜாதியாரின் பிள்ளைகள் படித்துவரும் கிராம பாடசாலைகளில் பறையரின் பிள்ளைகள் படிக்க இடமற்றிருக்கிறார்கள். உயர்ந்த ஜாதியார் குடியிருந்துவரும் கிராமங்களின் வீதிகளில் கிராம கன்று காலிகள் நடமாட பாதைவழியிருந்தும் பறையர் நடமாட பாதைவழி கிடையாது. ஊரார் தண்ணீர் மொண்டுகொள்ளும் நீர்நிலைகளில் இவர்கள் தண்ணீர் மொள்ளப்படாது கிராமக் குடிகள் பல விஷயங்களிலும் இவர்களை ஜனங்கத்தினின்று அப்புறப்பட்டிருக்கும் குஷ்டரோகிகளைப்போல் எண்ணி வருகிறார்கள். சிவில் சர்விஸ் பரீக்ஷையானது இவ்விசத்தன்மையுள்ளவர்களால் புளிப்பாக்கப்படுவதை பறையர் பார்த்து பீதி கொள்வதுமன்றி அவர்கள் தங்களுக்கு இயல்பிலே விரோதிகளாயிருக்கிறார்கள் என்றுங் காண்கிறார்கள். இதற்கு அவர்களுக்கு நியாயமுண்டு. காளதுமட்டும் காணப்படும் சாகூஷியங்களால் இது திருஷ்டாந்தப்படும். அவர் அவர்களுக்குரித்தான தற்சுயாதீனத்தை பாராட்டிக்கொள்ள இடந்தரும் இந்த ஆங்கிலேய துரைத்தளத்திலும் சிலர் செறுக்கின் மமதைகொண்டு நடக்கும் இக்காலத்திலும் தங்கள் அக்கியானத்தை அகலவிடாமல் பாரம்பரியமாய்த் தங்களுக்குண்டாயிருக்கும் கொடுமையிலும் திராகிரதத்திலும் அணுவேனும் அகலவிடாமல் அவைகளில் பற்றுறவுகொள்வதினுல் நிலத்துக்கே அடிமை மக்களாய் பிறந்த பறையர்கள் இந்தியா ராஜாங்கத்தில் உதவியற்று நிர்பந்த நிலைமைக்குள்ளிருக்கிறார்கள். இந்த துரைத்தனமே சன்மார்க்கமாக, ஜனங்க, ராஜரீக விஷயங்களில் காணும் குறைவுகளை களைந்து அவைகளைப் பரிபாலிக்கின்றது.

தொன்றிதொட்டுவந்த நடபடிக்கையை அனுசரித்து நடக்கும் சுயதேசத்தான் ஒருவனைப் பார்க்கிலும் மேல் ஜாதியான் சிவில் உத்தியோகஸ்தன் கல்விவாசனையினுல் அதிக கிருபையும் அனுதாபமுமுள்ளவனுப் யிருப்பானென்றும் மேல் போக்கான நியாயங்களைப் பாராட்டினுலுங்கூட தங்களது விண்ணப்பதாரர்கள் ஆங்கிலேயர் மாத்திரமே உத்தியோகங்கள் செய்ய அதிக தகுந்தவர்களென்று மதிப்பதினுல் அவர்கள் பரிபாலனத்தின் கீழ் வாழவே அதிக மனங்கொண்டவர்களாய் யிருக்கின்றார்கள். ஏனென்றுல் அவர்கள் பட்சபாதமில்லாதவர்கள், பாரம்பரியமாயுண்டாயிருக்கும் சுகுணங்களைப் படைத்தவர்கள், இந்த சுகுணங்களைத் தங்கள் ஜாதியாருக்குச் சொந்தமாகப் படைத்தவர்கள், இந்த லக்ஷணங்களை இவர்கள் பொருந்தியவர்களாயிருப்பதினுல் பல வகுப்பினரான இந்து தேச பிரஜைகளே இவர்கள் மாத்திரமே ஆளும் போக்கியதையையுடையவர்களாயிருக்கிறார்கள்; ஆனல் பிராமணர்கள் எப்படிப்பட்டவர்கள் என்றுலோ அவர்கள் பாரம்பரியத்திற்குச் சார்பான நினைவுகொண்டவர்கள், மூட மாளுபிமான வழக்கமுடையவர்கள். இவ்வித லக்ஷணங்கள் அவர்களுக்குள்ளது உண்மையே. பல்லாண்டாய் எந்த அக்கியான வழக்கங்களுக்கு இவர்களது ஆங்கிலேய படிப்பு ஒன்றே வெறு மூக்காடாய் மாத்திரமிருக்கிறது. பழமொழியொன்றை நெப்போலியன் சொல்லியிருக்கின்றுர்:— ''ரஷ்யனை சுரண்டி குளிப்பாட்டினுலும் தார்க்கத் தாரியனுகத்தானிருப்பான்.'' பிராமணனுக்குள்ள நுறைபோன்ற மேற்கத்திய கலேக்கியானத்தை நீக்கிவிட்டால் காண்கிறபடி வண்டல்தான். பிராமணன் ஒரு பட்சத்தில் சக்கரவர்த்தினி யவர்களின் பிரஜைகளில் மிகவும் நிர்பாக்கிய நிலைமையிலிருந்துவரும் பறையர்களைச் சீர்படுத்தி மற்ற ஜாதியாருக்கும்

அந்தஸ்திற்குச் சமமாய்க் கொண்டுவருவதற்கு தகுதி என்று கண்டு அங்கிகார மாகி செய்துவரும் பிரயத்தனங்கள் முழுவதும் வியர்த்தமாகாவிடினும் பிரயத் தனிக்கிறவர்கள் மனங்கலங்க அருவசியமான தடையாகிலும் உண்டாகும். மேலும் பிராமண உத்தியோகஸ்தன் ஜாதிவேற்றுமைக்கும் அதைப்போ லொத்த மற்றநேக விஷயங்களுக்கும் சார்ந்தவனுயிருப்பதினுல் பல விஷயங் களிலும் இப்புறையர்களுக்கு நஷ்டம் வருவிப்பான். இது பிராமணரின் பூர்வ நடபடியினுல் விகிதமாகிறது. ஆகவே நாகரீகம்பொருந்திய ஆங்கிலேய ராஜரீகத்தார் பறையருக்கு நன்மையுண்டாக வேண்டுமென்று அவனை வற் புறுத்திறுலொழிய அவன் சுதாவாய் பறையருக்கு நன்மை செய்யான். ஆங்கி லேயரே இந்திய அரசாட்கி என்னுஞ் சகடத்திற்குச் சுள்ளாணியாயிருக்கி ருர்கள்.

மேற் காட்டிய விஷயம் மனேபாவீனயாய்ச் சொல்லியதல்ல. வெளி ஜில்லாக்களின் நாட்டுப்புறங்களில் ஜாதி வித்தியாசம் கட்டுப்பாடு இன்னும் முதன்மைபெற்று கொடுமையாய் நடக்கிறது. அறிவீனமான நாட்டுப்புற வாசிகள்தான் இப்படி நடந்துவருகிருர்களென்று எல்லோருக்கும் தெரிந் திருக்கிறதுமல்லாமல் இந்த ராஜதானியின் தலேககரமாகிய சென்னேயிலுள்ள பச்சையப்பன் கலாசாலே என்னும் சிரேஷ்ட வித்தியாசாலேயிலும் பறையர் பிள்ளேகளே சேர்க்கப்படாதென்று கட்டோடே விலக்கியிருக்கிறதும், விசேஷ பிராமண அக்ராகாரமாகிய மைலாப்பூர் என்னும் கிராமமொன்றிருக்கிறதும், அதில் விசேஷித்த பிராமண வீதியொன்றிருக்கிறதும், அந்த வீதி சென்னே ஹைகோர்ட் பிராமண நீதிபதியின் கிரஹத்திற்கு எல்லே மாலாயிருக்கிற தும் அந்த வீதியில் விளம்பர பலகையொன்று தொங்குகிறதும், அந்தப் பலகையில் "பறையர் வரக்கூடாது" என்று கண்டிருக்கிறதும் அப்படி வந் தால் பறையர் நிந்தனேக்கும் தண்டனேக்கு முள்ளாவார்கள் என்றும் கண்டிருக் கிறதும் தெரிந்திருக்கிறது.

சுருக்கமாயும் முடிவுரையாயும் சொல்லப்போனுல் பறையர் ஆங்கிலே யர் தாமே நீதி செலுத்தி ஆளுவதில் திருப்தி கொண்டிருக்கிருர்கள். பவுல் என்னும் துரையின் ஏற்பாடு சித்திப்பெறுமேயானுல் பிராமணர்களே சிவில் சர்விஸ் உத்தியோகங்களேப் பெருவார்கள். அவர்கள் நீதி செலுத்தும் விஷ யத்தில் ஆங்கிலேய உத்தியோகஸ்தர்களுக்குச் சுத்தமாய்ச் சரியொத்தவர்களே யல்ல. பிராமணர்கள் சிவில் சர்விஸ் உயர்பதவி யடைந்தால் பறையர்களே வெகுவாய் ஹிம்சைக்குள்ளாவார்கள். காரியமிப்படி யிருப்பதால் யதாபலத் தைப்பற்றியும், தொழில் முயற்சியைப்பற்றியும், புருஷத்துவத்தைப்பற்றியும் சீர்பெருந் தன்மையைப்பற்றியும் பட்சபாதமின்றிக் கண்டரிந்தவர்கள் சொல் லிய சாக்ஷியத்தை வகித்த மனுதார்கள் பறையர்களாகிய இவர்களின் பொருட்டாய் பவுல் என்பவரின் ஏற்பாட்டை நிவர்த்தி விடும்படி கனந்தங் கிய தங்களது சபையாரைப் பிரார்த்திக்கின்ருர்கள். இப்படி நிவிர்த்திப்பது நிந்திரார்வரிதனி என்னும் பூதமொன்று செய்யும் உபத்திரவங்களின்று பறை யரை காப்பதாகும். எவ்வளவுக்கு எவ்வளவுகாலமாய் இந்தப் பூதம் நீங்காமல் இருக்கிறதோ அவ்வளவுக்கவ்வளவுகாலம் அது சென்ற காலங்களில் உபத்திர வஞ் செய்ததுபோலவே வருங்காலங்களிலும் உபத்திரவஞ் செய்யும். ஆங்கி லேய அரசாட்சிக்கு துர் பேருண்டாக்கும். வித்தியாவிஷய பரிபாலனத்தால் விர்த்தி யடையவேண்டியவர்களாயிருக்கிற ஜாதியாரொன்றின் விருத்தியை

இது தடுக்கும். பண்டைநாள் முதல் நாளதுமட்டும் இழிவான அடிமைத் தனத்தின் பற்களில் நசுங்கிய பறையரை நீக்கி அவர்களின் ஆநாங்க நிலேமயை விர்த்திபண்ணவே இவர்கள் தேச சீர்தேற்றத்தில் புது உயிரடைந்து பங்காலானபடி மகாபலத்த ஜாதியாராவார்கள். மேலும் பலத்த ராஜ ராஜாக் கள் வாழும் ஆங்கிலேய ராஜ்ரீகத்தில் ஆங்கிலேயருக்கு இவர்கள் பலத்த திரு கங்களாவார்கள்.

இப்படிப்பட்ட உதவிக்குக் கடமைப்பட்டிருக்கிற தங்கள் விண்ணப்ப தாரர்கள்.

அநுபந்தம் 2

1925-ம்ஹ ஜனவரிமீ 27-உயுள்ள போர்ட் ஸெய்ன்ட் ஜார்ஜ் கெஜெட் I. A. பாகத்தின் ஸப்ளிமென்டாய் பிரசுரிக்கப்பட்ட விளம்பரமானது திருத் தப்பட்டு 1925-ம்ஹ எப்ரல்மீ 28-உயுள்ள கூடி கெஜட்டில் பின் வருமாறு பிரசுரிக்கப்பட்டிருக்கிறது.

போர்ட் ஸெய்ன்ட் ஜார்ஜ், 1924-ம்ஹ ஸெப்டம்பர்மீ 25உ (2660-ம் சி. L. & M. கவர்ண்மென்ட் உத்தரவு.)

சி. 1009.—1924-ம்ஹ ஆகஸ்ட்மீ 25உ சட்ட நிரூபண சபையார் சபை கூடினபோது, அடியிற்கண்டபடி தீர்மானம் செய்தார்கள் :—

இந்தத் தீர்மானமானது ராவ் பஹதூர் ஆர். ஸ்ரீனிவாசன் அவர் களால் சபைக்குக் கொண்டுவரப்பட்டது.

1. [9] "இந்த சபையார் கவர்ண்மென்டாருக்கு அடியிற்கண்டபடி இபாரிசு செய்கிறார்கள் ; அதாவது :—

(*a*) எந்த வகுப்பையாவது சமூகத்தையாவது சேர்ந்த யாதொரு நபரா கிலும், நபர்களாகிலும் யாதொரு பட்டணம் அல்லது கிராமத்திலுள்ள எந்த பொது ரஸ்தா, தெரு அல்லது கால்வழி மார்க்கமாகவாயினும் நடப்பதற்கு ஆட்சேபணே இல்லே யென்பதும்,

(*b*) இந்த தேசத்திலுள்ள ஜாதி இந்துக்கள் எம்மாதிரியாகவும் எவ்வ ளவுமட்டிலும் யாதொரு சர்க்கார் ஆபீஸைச் சேர்ந்த வளவுக்குள் போக லாமோ, யாதொரு பொதுக்கிணறு, குளம் அல்லது பொது ஜனங்கள் வழக்க மாய்க் கூடும் இடங்களே உபயோகிக்கலாமோ அல்லது பொதுவான வேலே நடத்தப்பட்டு வருகிற இடங்கள், கட்டிடங்கள் ஆகிய இவைகளுக்குள் போக லாமோ அம்மாதிரியாகவும், அவ்வளவு மட்டிலும், தாழ்த்தப்பட்ட வகுப்பு களேச் சேர்ந்த யாதொரு நபர் போவதற்காவது, உபயோகிப்பதற்காவது ஆட்சேபணே இல்லேயென்பதும்,

கவர்ண்மென்டாரின் கொள்கையாகுமென்று அவர்கள் ஸ்பஷ்டமாய் ஒப்புக்கொண்டு அந்தப்படி பிரசித்தப்படுத்தவேண்டும்."

இந்தத் தீர்மானத்தை கவர்ன்மென்டார் ஒப்புக்கொண்டிருக்கிறார்கள். ஆகவே, இது சகல பிரதேச அதிகார சபைகளுக்கும், இலாகா தலைவர்களுக் கும் சங்கதி தெரியும்பொருட்டும் அவர்கள் இதை அனுசரித்து நடந்துகொள் ளும்பொருட்டும் அவர்களுக்குத் தெரிவிக்கப்படுகிறது. ஸி. பி. காட்டோல், கவர்ன்மென்ட் ஸேக்ரெடரி.

மேற்கண்ட தீர்மானத்தின்படி லோக்கல் போர்டு டிஸ்டிரிக்டு மூனிசி பாலிட்டி சட்டங்கள் பின்வருமாறு திருத்தப்பட்டன.

லோக்கல் போர்டுகள்.

1920-ம் வருஷம் 14-வது ஆக்டானது 1927-ம் வருஷத்து 1-வது ஆக் டின்படி திருத்தப்பட்டபடி, 157A பிரிவு :—பொதுவான பாட்டை வழி யாய்ப் போகிறவர்களைத் தடுப்பவருக்கு விதிக்கக்கூடிய அபராதம்   ரூ. 100

1920-ம் வருஷம் 14-வது ஆக்டானது 1930-ம் வருஷம் திருத்தப்பட்ட படி ஷி 11-ம் அத்தியாயம் 167-வது பிரிவு :—லோக்கல் போர்ட் மார்க்கட் டுகளுக்குள் போகிறவர்களைத் தடுப்பவருக்கு விதிக்கக்கூடிய அபராதம் ரூ. 100

1920-ம் வருஷம் 14-வது ஆக்டானது 1933-ம் வருஷம் 23-து ஆக்டால் திருத்தப்பட்டபடி 126A பிரிவு :—பொதுவான கிணறு, குளம் முதலியவை களை உபயோகிக்கையிலும் அனுபவிக்கையிலும் தடுப்பவர்களுக்கு விதிக்கக் கூடிய அபராதம்   ரூ. 100

டிஸ்டிரிக்ட் மூனிஸிபாலிட்டிகள்.

1920-ம் வருஷத்து 5-வது ஆக்ட் 1930-ம் வருஷம் அச்டோபர் 1டு வரையில் திருத்தப்பட்டபடி 180A பிரிவு :—தெருவை உபயோகிக்கையில் தடுப்பவருக்கு விதிக்கக்கூடிய அபராதம் ரூ. 100.

ஷி. ஆக்ட்டுகள் 227 பிரிவு :—கிணறு குளங்களை உபயோகிக்கையில் தடுப்பவருக்கு விதிக்கக்கூடிய அபராதம்   ரூ. 100

ஷி. ஆக்ட்டுகள் 259 பிரிவு :—மார்க்கட்டுகளை உபயோகிக்கையில் தடுப்ப வருக்கு விதிக்கக்கூடிய அபராதம்   ரூ. 100

மேற்கண்ட சட்டங்களை ஒரு சிறு புத்தக ரூபமாய் அச்சிட்டிருக்கின் றேன். வேண்டியவர்கள் தபால் கூலி உட்பட ஒரு அணு அனுப்பி பெற்றுக் கொள்ளலாம்.

மலையாளத்தையடுத்த பாலகாடு தாலுக்காவில் கல்பாத்தி என்னுமோர் பார்ப்பன சேரியிருக்கிறது. அதற்குள் பார்ப்பனரல்லா யெவரும் போகக்கூடா தென்று ஐகோர்ட்டும் அதற்குமேலுள்ள பிரிவி கவுன்சல்மட்டும்போய் உத் தரவு பெற்றிருந்தார்கள். பார்ப்பனரல்லா டாக்டரும் வியாதியஸ்தரை காண வேணுமானால் குதிரைமேல்போய் வரவேண்டொம். அந்த பார்ப்பன சேரியை யடுத்த கிராமத்திலிருக்கும் இழிஞ்சர் என்னும் தீண்டப்படா சமூகத்தவரில் சிலர் சட்டசபையில் நான் கொண்டுபோன தீர்மானத்தின்படி சட்டமேற் பட்டிருப்பதை வாசித்தறிந்து மேற்படி பார்ப்பன சேரியில் ஆலய உற்சவம் நடந்தபோது சேரிக்குள் பிரவேசித்தார்கள். அவர்களை பார்ப்பனர் அடித்து துராத்தி மாஜிஸ்டிரேட்டு கோர்ட்டில் பிராது செய்தார்கள். விசாரித்து பிராது

தள்ளிவிடப்பட்டது. பார்ப்பனர் சென்னை ஐகோர்ட்டுக்கு அப்பீல் செய்தார்கள். லோக்கல் போர்டு முனிசிபாலிடியால் பராமரித்துவரும் எல்லை, தெரு, பாதை முதலியவைகள் பொது ஜனங்களால் உபயோகிக்கப்படலாம் என்று தீர்மானமாயிற்று. இப்போது சகலரும், பார்ப்பன சேரிக்குள் பிரவேசிக்கிறார்கள். பொதுவான கிணறுகள் குளங்கள் பாட்டைகள் சத்திரங்கள் கட்டிடங்கள் முதலியவைகளை சகலரும் உபயோகிக்கலாம் என்று நான் பிரசுரித்திருக்கும் சிறு புத்தகத்தை அதிகாரிகளுக்கு காட்டி நாட்டிலுள்ள தாழ்த்தப்பட்டார் இப்போது பலயிடங்களில் சௌக்கியங்களை அனுபவித்து வருகிறார்கள்.

அநுபந்தம் 3

பூனா ஒப்பந்தம்.

வட்டமேஜை மகா நாட்டில் தாழ்த்தப்பட்டார் பிரதிநிதிகள் தங்கள் சமூகத்தவர்களுக்கு தனி தொகுதி வேண்டுமென்றார்கள். காந்தி அவர்கள் எதிர்த்து கூட்டு தொகையில் தாழ்த்தப்பட்டார் சேர்க்கப்பட வேண்டும் என்றார். தனி தொகுதியில் 18 ஸ்தானங்கள் தாழ்த்தப்பட்டாருக்கு கொடுக்கப்படவேண்டுமென தீர்மானமாயிற்று. இந்தியா திரும்பிய பிறகு காந்தி அவர்கள் உண்ணாவிரதமிருந்து கூட்டு தொகுதிவேண்டுமென்றார். தாழ்த்தப்பட்டார் பிரதிநிதிகளும் இந்து சமூக பிரதிநிதிகளும் கூடி ஆலோசித்து இந்துக்கள் தங்கள் ஸ்தானங்களிலிருந்து பன்னிரண்டு ஸ்தானங்கள் சட்டசபையில் தாழ்த்தப்பட்டாருக்கு கொடுத்து கூட்டுதொகையில் சேர்த்துக்கொள்ள வேண்டுமென தீர்மானமாயிற்று. அதனால் தாழ்த்தப்பட்டாருக்கு சென்னை சட்டசபையில் பதினெட்டிலிருந்து முப்பது ஸ்தானங்களாயின. ஒப்பந்தம் பத்து வருஷங்கள் மட்டுந்தான். 1932ஆ செப்டம்பர்மீ 24உ ஏற்பட்டது.

ஒப்பந்தத்தின் விவரம்.

ஒடுக்கப்பட்ட வகுப்பினருக்குச் சட்ட சபையிலிருக்கவேண்டிய பிரதிநிதித்துவ விஷயமாகவும், அவர்களது க்ஷேமசம்பந்தமான வேறு சில விஷயங்களைப்பற்றியும், அவர்கள் சார்பாக வேலை செய்யும் தலைவர்களுக்கும் இந்து சமூகத்திலுள்ள இதரர்களுடைய தலைவர்களுக்கும் பின் கண்ட உடன்பாடு ஏற்பட்டிருக்கின்றது :—

மாகாண சட்ட சபைகளிலுள்ள கூட்டுத் தொகுதிப் பதவிகளில் ஒடுக்கப்பட்ட வகுப்பினருக்குப் பின் கண்டபடி பதவிகள் ஒதுக்கப்படும்.

சென்னை ...	... 30
சிந்துவுடன் கூடிய பம்பாய்	... 15
பஞ்சாப் ...	... 8
பீஹார் ஒரிஸா ...	... 18
மத்திய மாகாணம் ...	... 20
அஸ்ஸாம் ...	... 7
வங்காளம் ...	... 30
ஐக்கிய மாகாணம் ...	... 20
மொத்தம்	... 148

பிரதம மந்திரியின் தீர்ப்பில் மாகாண சட்ட சபைகளிலிருக்குமென்று அறிவிக்கப்பட்டுள்ள பதவிகளின் மொத்தத் தொகையை ஆதாரமாகக் கொண்டே இந்தக் கணக்கு தயாரிக்கப்பட்டிருக்கின்றது.

தேர்தல் முறை.

(2) இப்பதவிகளுக்குக் கலப்புத்தொகுதி மூலம் தேர்தல் நடக்கும். ஆனால் அத்தேர்தல் பின் கண்ட முறைக்குட்பட்டு நடக்கும்:—ஒரு தொகுதியி லுள்ள பொது வாக்காளர் ஜாப்தாவில் வாக்காளராகப் பதிவு செய்யப்பட்டிருக் கும் ஒடுக்கப்பட்ட வகுப்பு மெம்பர்களொல்லாம் ஒரு வாக்காளர் (ஓட்டர்) கோஷ்டியாக இருப்பார்கள். இந்தக் கோஷ்டியார் ஒதுக்கிவைக்கப்பட்ட ஒவ்வொரு பதவிக்கும் ஒடுக்கப்பட்ட வகுப்பினரைச்சேர்ந்த 4 பேர்களே ஒரே ஓட்டு மூலம் தெரிந்தெடுப்பார்கள். இந்தப் பூர்வாங்கத் தேர்தலில் அதிகப் படியான வாக்குகளைப் பெறுகின்றவர்களே பொதுத் தொகுதி வாக்காளர்க ளால் தெரிந்தெடுக்கப்படவேண்டிய தேர்தலில் அபேக்ஷகர்களாக நிற்பார்கள்.

(3) மத்திய சட்ட சபையிலும் ஒடுக்கப்பட்ட வகுப்பினருக்கு 2-வது ஷரத்தில் மாகாண சட்ட சபையில் அவர்களது பிரதிநிதித்துவத்திற்காக செய்யப்பட்டிருக்கும் ஏற்பாட்டைப்போலுள்ள ஏற்பாட்டின்மூலமே பிரதி நிதித்துவமளிக்கப்படும். (அதாவது அவர்களுக்குப் பதவிகள் ஒதுக்கப்பட்டு கலப்புத்தொகுதியில் நடக்கும் தேர்தல்மூலமே பிரதிநிதித்துவமளிக்கப்படும். ஆனல் முதலில் ஒடுக்கப்பட்ட வகுப்பு வாக்காளரே ஒதுக்கப்பட்ட பதவிகள் ஒவ்வொன்றுக்கும் தங்களில் 4 பேரை ஒரே ஓட்டு முறை மூலம் தெரிந்தெ டுப்பார்கள். கலப்புதொகுதியில் நடக்கும் தேர்தலுக்கு அவ்வாறு தெரிந் தெடுக்கப்பட்ட 4 பேர்களே அபேக்ஷகர்களாக நிற்பார்கள்.

மத்திய சட்டசபையில் 18 ஸ்தானங்கள்.

(4) மத்திய சட்ட சபையில் பிரிட்டிஷ் இந்தியாவுக்காக பொதுத்தொகு தியில் ஒதுக்கப்படும் பதவிகளில் 100-க்கு 18 வீதமுள்ளதை ஒடுக்கப்பட்ட வகுப்பினருக்காக ஒதுக்கிக் கொடுக்கப்படும்.

பூர்வாங்கத் தேர்தலுக்கு முடிவுக்கு வருங்காலம்.

(5) மத்திய சட்ட சபைக்கும் மாகாண சட்ட சபைக்கும் தெரிந்தெடுக் கப்படுவதற்காக ஒதுக்கப்பட்ட வகுப்பு வாக்காளரே பூர்வாங்கமாக தங்களில் 4 பேரை ஒவ்வொரு பதவிக்கும், தெரிந்தெடுத்து கலப்புத்தொகுதியில் அபேக்ஷகராக நிறுத்தவேண்டுமென்ற முறை 10 வருஷங்களுக்குப் பிறகு முடிவுக்கு வரும். ஆனல் 6-வது ஷரத்தில் கண்டபடி பரஸ்பர உடன்பாட் டின் மூலம் இதனை இந்த 10 வருஷங்களுக்கு முன்னதாகவும் முடிவுக்குக் கொண்டுவரலாம். இவ்வாறு பரஸ்பர உடன்பாட்டின் மூலம் முன்னதா கவே இது முடிவுக்குக் கொண்டுவரப்படாவிட்டால் இது 10 வருஷங்களான வுடன் தானே முடிவுக்கு வரும்.

(6) 1, 4-வது ஷரத்துகளில் வகை செய்யப்பட்டிருக்கின்றபடி மாகாண சட்ட சபைகளிலும் பதவிகளை ஒதுக்கி வைப்பதின் மூலம் ஒடுக்கப்பட்ட வகுப்பினருக்கும் பிரதிநிதித்துவமளிக்கும் முறை இந்த உடன்பாட்டில் சம்மந்தப் பட்டிருக்கும் வகுப்பார்கள் பரஸ்பர உடன்பாட்டின் மூலம் முடிவுக்குக் கொண்டு வரும்வரை நீடித்திருக்கும்.

(7) லோதியன் கமிட்டி யாதாஸ்தில் குறிப்பிட்டப்பட்டியுள்ள மத்திய சட்டசபை, மாகாண சட்டசபை இவற்றிற்கான வாக்குரிமை யோக்கியதை களே ஒடுக்கப்பட்ட வகுப்பினருக்கு எற்பட்டிருக்கும்.

ஸ்தல ஸ்தாபனங்களிலும் ஊழிய வர்க்கங்களிலும் பிரதிநிதித்துவம்.

(8) ஸ்தல ஸ்தாபனங்களுக்கான தேர்தல்கள் சம்மந்தமாகவோ அன்றி சர்க்கார் ஊழிய வர்க்கங்களுக்கு நியமனங்களைச் செய்வது சம்மந்தமாகவோ ஒடுக்கப்பட்ட வகுப்பினரைச் சேர்ந்தவர் என்ற காரணங்கொண்டு எவருக்கும் எவ்விதமான அசௌகரியமும் இருக்கக்கூடாது. சர்க்கார் ஊழிய வர்க்கம் களில் நியமனஞ் செய்யப்படுவதற்காக நிர்ணயிக்கப்படும் கல்வி யோக்கியதை களைப் பெற்றிருப்பதற்குப்பட்டு இவ்விஷயங்களில் ஒடுக்கப்பட்ட வகுப்பின ருக்கு நியாயமான பிரதிநிதித்துவத்தை வாங்கிக்கொடுக்கச் சகல முயந்சியும் செய்யப்படும்.

கல்வி மானியம்.

(9) ஒவ்வொரு மாகாணத்திலும் கல்வி மானியத்திலிருந்து ஒடுக்கப் பட்ட வகுப்பினருக்குக் கல்வி வசதிகள் எற்படுத்திக் கொடுப்பதற்காக போதிய தொகையைத் தனியாக ஒதுக்கி வைக்கப்படும்.

Printed at Payne & Co., Mount Road, Madras.

ACKNOWLEDGEMENTS

My dream of publishing the autobiography of my great grandfather Rettaimalai Srinivasan would not have come true without the support of my mother, late Mrs. Umaganesh, who had preserved the copy of this autobiography and handed over to me, and by her blessings, I'm able to accomplish this task.

First and foremost, I extend my heartfelt gratitude to my family members, especially my son Capt.Vishnu Sai Kiran for his full support in this endeavor.

I acknowledge the sincere and insightful feedback given by Dr. Radhika Lakshminarayanan, which contributed to the timely culmination of this work.

Special thanks to the publishers who recognized the significance of this story and worked tirelessly to bring it to life and ensure that this work reaches a wider audience

Finally, I express my deepest gratitude to you my dear readers. By engaging with this autobiographical work, you continue to honour the memory of a great human being whose life was devoted to the fight for dignity, self-respect and equality. May his story motivate you to carry forward the torch of justice.

Above all, I remain indebted and thankful to the Almighty who always guides me and gives strength in my life.

Preface

It is a supreme privilege to compile and share my great-grandfather Rettaimalai Srinivasan's autobiography with the world. His incredible life story is a testament to his courage, unwavering determination, and tireless commitment, which paved his path to success.

Born at a time when society was deeply entrenched in caste discrimination and the oppressive practice of untouchability, Rettaimalai Srinivasan defied the odds. As the first graduate among the Scheduled Castes, he proved that education is a powerful tool to overcome adversity and achieve great heights. His early work as an accountant in European companies in Ooty provided him with valuable experiences that fueled his relentless pursuit of equality and justice for marginalized communities.

His association with M.K. Gandhi, during which he encouraged Gandhi to learn Tamil while in South Africa, marks a historic chapter in his journey. From that moment to the signing of the Poona Pact, his contributions were instrumental in shaping the fight for equality of justice. Working alongside Dr. B.R. Ambedkar, he played a pivotal role in restoring, voting rights, securing reservations, and laying the foundation for social justice.

In the annals of modern history, many great heroes are seen reaching heights during their lifetime and Rettaimalai

Srinivasan is such rare exemplary leader who made history in his own time and is being read and followed widely even after centuries. The trailblazer leader remains a silent star in the hearts of millions.

It is great honour and pride to behold the legacy as great granddaughter of the historic revolutionary reformer, Diwan Bahadur Rettaimalai Srinivasan. As I was reading and translating his words, I was reminded of the immense responsibility I carry on my shoulders as his descendant to uphold the principles he so fervently championed.

This book endeavours to elucidate Rettaimalai Srinivasan's conviction on the power of education, his industrious services, active contributions and successful achievements. May it impress the readers to stand up to speak for the deprived and strive for justice. I wish and hope the readers enjoy and cherish this autobiography of the epic revolutionary legend Rettaimalai Srinivasan.

Dr. Nirmala Arulprakash

**Great-granddaughter of
Iyothi Dasa Pandithar and
Rettaimalai Srinivasan**

Foreword

In the vast expanse of a thousand years of history, I have chosen to illuminate a mere fifty-year sliver; a period I personally witnessed and chronicled in the life of the Adi Dravida community. This autobiography is not merely a recounting of my own journey but a testament to the relentless struggle and gradual upliftment of a people long relegated to the margins. My fervent hope is that these pages will find their place within the broader tapestry of Adi Dravida history, serving as both a record and an inspiration.

The efforts of other castes and communities toward the development of the Adi Dravida, though voluntary and commendable, pale in comparison to the tireless endeavors of the Adi Dravida people themselves. This life history shines a light on their unwavering determination to rise, their ceaseless labor to break free from the shackles of oppression, and their quest for dignity and self-reliance. It is a story of resilience, of a community striving to carve out its rightful place in the world through sheer will and collective effort.

Appreciation by the Government

On Saturday, February 20, 1926, a grand durbar was convened in Saidapet to celebrate the conferment of the prestigious 'Rao Sahib' title and medal upon Maharajaraja Sri Rettaimalai Srinivasan by the Governor General of India. The event marked a moment of recognition for a lifetime of service, and the Collector of Chingleput, the Honorable Sitaramaiah Panthulugaru, M.A., delivered a stirring address, which I recount here: "Today, we gather to honor an eminent figure, Sri Rettaimalai Srinivasan, a resident of Poonamallee, now in the venerable sixty-fifth year of his life. For decades, he has stood as a heroic champion of the Adi Dravida community, dedicating himself to their progress with unyielding resolve. Educated at Coimbatore Arts College, where he excelled in accountancy, Srinivasan turned his talents not toward personal gain but toward the upliftment of his people—a mission that became the very heartbeat of his existence.

In 1891, he plunged into the fray of popular movements, founding the Paraiyar Mahajana Sabha and later the Adi Dravida Mahajana Sabha in Madras. He boldly chose the name "Paraiyan"—a term long used to ostracize his community; for a magazine he launched to amplify their voice and fight for their dignity. On October 23, 1895, he orchestrated an unprecedented gathering, the largest of its kind in living memory, rallying the oppressed and voiceless to demand their rights. Through his leadership, he breathed spirit and strength into a scattered people, uniting them as a distinct caste with a shared sense of purpose and responsibility.

On December 6, 1895, a day etched in history—he led a delegation of Adi Dravida community to meet His Excellency Lord Elgin, the Governor General of India, presenting a petition that echoed their grievances and aspirations. The following year, when Madras' Governor, Lord Wenlock, departed for England, Srinivasan, on behalf of his community, delivered a heartfelt farewell address at the ceremony; a gesture of grace amid their struggle.

The "Paraiyan" magazine thrived until 1900, when Srinivasan embarked on a journey abroad. Initially bound for England, he instead found himself in South Africa, and in 1904, he served the Union Government with loyalty for sixteen years. Earlier, he spent two years in East Africa. Throughout his time abroad, he refrained from political agitation, focusing instead on instilling in his people the virtues of self confidence, sobriety, and frugality—qualities he believed essential for their advancement. Upon his return to Madras, Srinivasan was appointed to the Madras Legislative Council, where he has since labored tirelessly for the Adi Dravida cause. For thirty-five years, he has served his community with humility and fervor, shunning the spotlight yet earning the respect and admiration of people both here and abroad. His restraint from communal strife has won him honor among other castes and social groups, a testament to his character and vision.

It is for these unwavering services that the government now bestows upon him the distinguished title of 'Rao Sahib.' May he continue to champion the progress of the common people, upholding the lofty standards he embodies. From the countless innocent and distressed souls he has uplifted, he emerges as a pioneer, and it is with joy that we present this award. I extend my heartfelt wishes for his continued selfless service and present this title and medal with the deepest pride, and happiness, conferred by His Excellency the Governor General of India."

Life History in Short

My lineage traces back to the Sambava clan, a community rooted in the soil of Tamil Nadu. According to information passed down by my elders, during the era of the East India Company, my family migrated from Thanjavur to Chennapattinam, seeking new horizons. I was born in 1860 in a modest village in Chengalpet, where the shadow of caste loomed large over my early years. Completing my schooling was no small feat, as I faced the stark barriers of discrimination and inequality that marked every step of my journey.

Determined to rise above these constraints, I pursued higher education at Coimbatore Arts College, staying with relatives who offered me a foothold in an unfamiliar world. Among the 400 students in my class, all but ten belonged to the Brahmin upper caste—a stark reminder of the societal divide. The unspoken hierarchies gnawed at me, and I lived in constant fear that revealing my caste would invite scorn or rejection from my peers. To shield myself, I kept a low profile, studying alone in quiet corners of the campus, slipping into the classroom only when the bell rang, and hurrying home before others could glimpse my life beyond the college walls. The cruelty of being unable to mingle freely with fellow students, even in a place of learning, weighed heavily on my spirit. I often wondered how I could confront such deep-seated injustice.

After graduating with a degree in accountancy, I secured a position in Ooty, managing the accounts of European trading firms. For ten years, I worked diligently, earning a reputation for integrity and skill. Yet, beneath my professional success, the specter of caste and untouchability haunted me. The injustices I witnessed—both subtle and overt, stirred a resolve within me to challenge the system that oppressed so many like me. My career became a means not just to sustain myself but to fuel a greater purpose: redeeming society from the blight of inequality. Hence I resigned my job without a second thought.

In 1890, I returned to Madras, my heart set on elevating the Paraiya community and restoring their dignity. For three years, I immersed myself in research, traveling southward by train and often on foot to gather knowledge about our history and struggles. My journeys took me to the ruins of Nandankottai Fort in Kumbakonam, where I uncovered the story of Tholkasu Nandan and collected his poetic 'Kalambagam' songs. I learned of the Kandhakottai Fort, built by the Kammalar and razed by a Sambava princess, and stood at the site where Nandanar, known as Thirunaalaipovar, once worshipped in Oomakkulakarai. Nearby, I visited a monastery and pressed on to Trichy to see the 'samadhi' (tomb) of Sambhava Samban. In Thanjavur, I explored the cremation sites of Piriviyadai Sambhan and Periyanayaki Mariammai, where temples now stood, and in Thiruvarur, I marveled at the shrines built over the 'samadhi' of Thiagasamban and Perumparaiyan.

At each stop, I inquired about the privileges granted to their descendants, piecing together a mosaic of our past.

These travels brought me face-to-face with the stark reality of my people's lives. I visited their dwellings—miserable condition of living without a thatched roof in humble clusters of homes devoid of basic necessities like clean water, shelter, or pathways, no means for livelihood which made me deeply dejected in sorrow and grief. Their existence was a testament to misery, trapped in the suffocating grip of untouchability. I saw them beaten into silence, denied redress by officials who conspired with the upper castes to perpetuate their suffering. The depth of their despair pierced me, fueling my determination to act. After inquiring the entire plight of my people I returned back to Madras.

I delved into government records, discovering that as early as 1772, efforts had been made to improve the lot of the downtrodden. By 1881, the Revenue Board had turned its attention to the plight of our farmers, urging administrators to address their grievances—though the outcomes remained murky. In 1893, the government took tentative steps toward educating our children, issuing a proclamation that rang hollow, offering little tangible change after 120 years of neglect.

From this crucible of experience and inquiry, I launched the "Paraiyan" magazine in 1893—a beacon to illuminate the struggles of my people and ignite their spirit. It was among the first voices to speak for the millions of innocent and distressed souls in this nation, a clarion call for justice

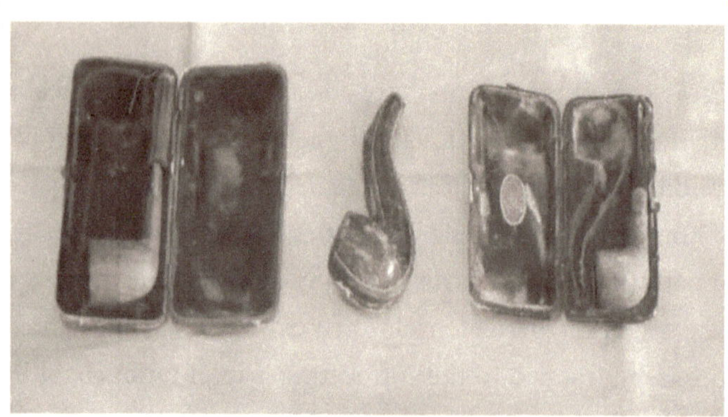

Pipes used by R. Srinivasan

Medals of Titles , 'Rao Sahib', 'Rao Bahadur', 'Diwan Bahadur'

Rs.3, Postage Stamp of R. Srinivasan

that would echo through the decades. My efforts were later recognized with titles that marked my service:

'Rao Sahib' on January 1, 1926;
'Rao Bahadur' on June 3, 1930;
'Diwan Bahadur' on January 1, 1936.

These honors, though humbling, were but milestones in a journey devoted to the upliftment of my community.

The Newspaper

"I am! I am!"—a powerful chant that awakens the soul, bestowing wisdom and courage upon those who dare to utter it. Like a sage who rises to leadership through self-realization, one who speaks truth fearlessly and claims their identity earns respect, enduring wealth, and a harmony that transcends time. For the Paraiya community, however, this truth has long been stifled. Unless one steps forward, boldly embracing his name and heritage, he will remain crushed under the weight of suppression, poverty, and obscurity. It was with this conviction that, in 1893, I launched a magazine crowned with the name "Paraiyan"—a defiant banner to amplify the voice of my people.

The "Paraiyan" newspaper debuted in October 1893 as a modest four-page monthly, priced at two annas per copy. My community embraced it with fervor, purchasing it eagerly and championing its cause. The first issue, produced at a cost of ten rupees, sold approximately 400 copies across Madras

THE PARIAH.

பிரதி சனிவாரந்தோறும் பிரசுரம் செய்யப்படும்.

(PUBLISHED WEEKLY.)

சென்னை, 1895-ஆம் [வருஷம்] ஜூலை 6உ.　　No. 2.

city in just two days—a testament to their hunger for a voice. Within three months, demand surged, and the publication shifted to a weekly rhythm. Two years later, I established a printing press to sustain its growth, ensuring its message reached farther and deeper.

The newspaper became a clarion call for the Scheduled Castes, fearlessly exposing the injustices, oppressions, and suppressions inflicted by upper castes. It pressed the government for support, spotlighting welfare measures while celebrating our cultural practices and moral values. Wherever my people gathered, they spoke of it with passion, underscoring its vital role in their awakening. On the evening of October 7, 1895, this fervor culminated in a historic moment: the Paraiyar community marched into Victoria Hall in Madras, a sea of white flags waving proudly, accompanied by the resounding beat of drums and music. There, they showcased their unity and dignity, proclaiming their excellence to the world—a first bold step toward solidarity in the fight for social justice.

The upper caste Hindus including the village administrators like Munsiffs, collectors and officials continued various discretionary practices at the official meetings and Revenue Boards and other departments. The members of the Congress party, upper caste Hindus and proponents of religious conversion, and also a group within this community were among those who actively opposed and worked against me. They even started and published a rebel newspaper with counter arguments. Furthermore, some existing newspapers extensively attacked these people and strongly opposed them. As though not enough, a person of the Paraiyar caste tried to humiliate me by filing a false complaint and issuing a warrant that I had fled the country. But these tactics did not succeed. The fact is that in the year 1896, a section of these people dragged me to the court on the grounds that I published a blasphemous or slanderous letter in the Paraiyan newspaper. But people of our community came to the court in large numbers with pride, bearing the word Paraiyan as a crown on their turbans and chests and also purses with money. A fine of one hundred rupees was imposed for the offence. Someone had paid the penalty, but I had no knowledge of who paid the amount. But I understood one thing, that they demonstrated their love and support for their community by firmly standing up for their principles and conveyed their commitment to their values and ideals for a common cause. This act showcased their conviction to speak out and advocate for their community, both in public forums and through various societal platforms. The newspaper *Paraiyan* is the main reason which played a pivotal role in this, serving as the primary catalyst behind the outspokenness and progress made by this community.

When I set out for London, I could not find a worthy successor to carry the torch of "Paraiyan" newspaper. For seven years, it had spread awareness, sparked change, and guided crores of people across the state toward progress. My aim was to petition the British government, to lay bare the struggles and injustices endured by the oppressed. So, I travelled to Bombay and resolved to sail westward, brushing aside a telegram from my father and brother urging my return. "The corpse will not turn back," I declared inwardly, boarding the first ship bound for the West.

My journey took an unexpected turn when the ship docked at Zanzibar, an island off East Africa's coast. Stranded there for two years, I earned a living before pressing on to South Africa. At the Dalagobe port, malaria struck me down within a week, and doctors warned against sea travel, prescribing six months in the cool mountains to recover—or face death. In my hour of need, a humble washerman and his wife tended to me with care, while a wealthy benefactor offered hospitality. Later, in Durban, Mr. H. Peter guided me to a government job in a frigid mountainous region, securing my survival. To these three souls—the washerman, the wealthy man, and Antony H. Peter—I owe an eternal debt of gratitude, their kindness etched forever in my heart.

When I was in a town called Varunam in Natal, a rich farmer Murugan invited me. He said that I had the standing worthiness of a Brahmin and compelled me to take the ('Godhanam) offering of cow, seeking my blessings. I felt this is due to the services I rendered to my people which seems like the coconut tree rendering its water directly from the top. . However it took many years for me to recover from my illness. After my long stay in South Africa, I decided to return back to my home for the safety of my family. I came back to India, my motherland. When I touched the sacred soil, I felt immensely happy to see my community people. But my heart immediately turned to be saddened of their hapless condition as underprivileged. The corpse now returned back with life but the purpose of my visit to London remains unfulfilled and thereby to restore the fundamental rights to the oppressed community stands yet to bear fruit. I hope God may provide the opportunity.

After arriving in Madras, I was nominated by the Government as a member of the Legislature. Few years later as a legislator the Government sent me to London as representative of the depressed classes' community. I was privileged to attend two Round Table Conferences. During that time I worked diligently to achieve freedom and secure rights for the downtrodden people not only in Madras presidency but also of the entire nation. Over the course of twenty years, my vision and efforts became meaningful. The aspirations of my people must be fulfilled by my visit to London. This opportunity is due to my people who were blessed with good fortune.

Society

When the Aryans migrated to our land and took root, they imposed a caste-based system that cleaved society into rigid tiers. The non-Aryan Dravidian communities and among them the Paraiyars, Panchamars, and Adi Dravidars; resisted this alien hierarchy, rejecting the cruel oppression that came with Aryan dominance. In defiance, they carved out their own enclaves, known as "Cheris", where they built a world apart. These villages thrived with their own temples, ponds, spiritual leaders, headmen, and assemblies, complete with washermen, barbers, crematoria, and cemeteries. Here, they nurtured a distinct culture, embracing practices like widow remarriage and divorce; traditions that stood in quiet rebellion against the Aryan yoke. For a time, these settlements flourished as self-sustaining havens. Yet, this autonomy came under threat. The Desayi Chettiar community, under the guise of mediating disputes, exploited these villages, levying exorbitant fees, a practice I condemned with unwavering resolve. Meanwhile, those clinging to Aryan customs fought tirelessly to uphold their caste supremacy, erecting barriers to keep the lower castes from their rightful freedoms. Against this tide, I labored to awaken my people to their rights and weave them into the broader fabric of society as a responsible community.

Through the "Paraiyan" newspaper, I kindled a spark of unity among the AdiDravidar people. Across the region, they banded together, their voices rising in discussions of aspirations and plans for collective progress. In Chennai, this momentum birthed the, Paraiyar Mahajana Sabha, a leadership association and I actively served as Secretary. With fervor, I spearheaded initiatives to expand its reach, forging a network that empowered our cause.

A pivotal moment arrived in 1895, when the Civil Services examination loomed as a battleground. The British had been conducting these exams in London, appointing many of their own as district collectors and magistrates across India. The Congress, however, petitioned the British Parliament to hold the exams in India, a move the Paraiyar Mahajana Sabha viewed with alarm. We feared that upper caste Hindus, with their access to education and influence, would dominate these posts, tightening their grip on power and deepening our subjugation. On December 23, 1893, we convened a massive meeting in Chennai's Wesleyan Mission College hall to confront this threat. There, we drafted a 112-foot-long petition, signed by 3,412 members of our community, rejecting the Congress's proposal. This monumental document reached the British Parliament through General Sir George Chesney, and struck a decisive blow and the Congress withdrew its petition. The Secretary of India responded by decreeing that qualified individuals from lower administrative ranks could ascend to higher posts, in the government opening a crack in the wall of exclusion.

The counter claim can be found in Annexure 1.

Our petition rippled outward, sowing seeds of upliftment for rural lower castes and dismantling barriers in urban strongholds. In Mylapore, a Brahmin enclave where a High Court judge resided, a sign once barred Paraiyars from entry; after our advocacy, it was removed. At Pachayappa's College, run by upper caste Hindus, Paraiyar students had been denied admission, but our efforts forced open those doors. Most remarkably, this struggle birthed the role of

Labour Commissioner, a protector tasked with championing the marginalized.

Establishment of Labour Commissioner

The petition being submitted, copies were given to each member of the UK Parliament. Because of this, the cruel treatment of millions of agricultural labourers by upper caste Hindus was published and popularised in all the newspapers in England. The India Secretary in Britain reproached the Indian government for not addressing such atrocities that were increasing in India and directed them to take appropriate measures. This initiative led to discussions between the Indian government and the Madras administration. In the subsequent years, various measures were implemented to provide education and socio-economic upliftment for the marginalised population. It was decided that senior officers in the Civil Services with good experience to be appointed and providing a department to them as Protectors; thereby to develop the depressed classes that is the downtrodden people. Subsequently, schools, residential buildings, agricultural lands, and other resources were allocated to these depressed class beneficiaries. These appointed Protectors, along with their respective departments, were entrusted with the responsibility of monitoring and assisting the artisans while also ensuring the well-being and progress of individuals. As a result of these efforts, Protectors were named as Labour Commissioner, who played a vital role

in promoting social welfare and ensuring the sustainable development of the oppressed people.

In Chengalpet district [Zilla], I pressed the government to allocate legally sanctioned land to my people, only to be met with the astonishing claim that not a single acre was available. Yet, on April 28, 1894, Collector Atkinson announced lands available in Krishna district, a hollow promise, as the poor lacked funds to relocate. Undeterred, I rallied some to settle there, while the government began allotting thousands of acres to the needy. Adi Dravida laborers, too, petitioned collectors directly, securing lease of lands through sheer persistence. However the government started providing thousands of acres to the Adidravidar people. Simultaneously it can be seen that the poor Adidravidar farmers were allotted lands directly through petitioning the collectors. It must be acknowledged that the Labour Commissioner's concessions bolstered education to these people.

It was the Paraiyar Mahajana Sabha's unrelenting push, especially its triumph over the civil service examinations forced the government to confront untouchability's evils head-on. Even in my absence abroad, the Sabha's leaders pressed forward, their resolve unshaken. Yet, I observed flickers of internal discord, a reminder that unity remained our greatest strength and our greatest challenge. Through these efforts, we were determined to reshape society, not as outcasts, but as a people claiming our place with dignity and purpose.

How Did the Adidravidar Society Emerge

On December 6, 1895, Madras stood witness to a moment of quiet triumph. As Governor General and Viceroy Lord Elgin arrived, I orchestrated a grand welcome at the bustling junction of General Patters Road and Mount Road. A towering decorative arch spanned the intersection, flanked by a long pavilion shimmering in the daylight. Golden letters emblazoned on posters proclaimed, "Paraiyar Mahajana Sabha Welcomes His Majesty Lord Elgin and Lady," while British flags fluttered in the breeze. Chariots rolled through, drums thundered, and Indian kings joined dignitaries in a procession that symbolized grandeur and unity. The Adi Dravida community watched with swelling pride, their hearts alight with joy. That evening, oil lamps and electric lights bathed the junction in a warm glow, a testament to our resolve to honor our guests with the finest hospitality.

Yet, this was more than a celebration; it was a stepping stone to recognition. As Secretary of the Paraiyar Mahajana Sabha, I planned to meet Lord Elgin at his residence, accompanied by six fellow members. En route, one suggested we invite a prominent Adi Dravida figure to join us. Agreeing, we detoured to seek him out. He engaged us in lengthy discussion, only to decline at the last moment, delaying us by half an hour. Arriving late, we found the Governor's palace abuzz with confusion, officials searched the grounds, assuming we lingered near the compound. Undeterred, we stepped from our carriage and strode through the main entrance, a bold act for men who had never crossed that threshold before.

Inside, we encountered a diverse assembly: British, Indians, Muslims, and Christians stood in clusters of eight, their chatter filling the air. As we took our place among them, the weight of their stares bore down, some glared with anger, others with disdain. Yet, Lord Elgin greeted us with a courtesy that transcended caste, addressing us as equals. His words carried a quiet power, and from that day, the Paraiyar community emerged distinct from the Hindu fold, recognized as a separate entity. Subsequent Governors and their representatives followed suit, extending respect and patronage to our people—a shift that marked the dawn of a new identity. In 1898, as England celebrated the sixtieth anniversary of Queen Victoria's reign, I penned an epistle of felicitation, a gesture of reverence from our community. The Indian Principal Secretary responded on June 11, 1898 with a letter conveying the Queen's delight, a small but meaningful acknowledgment of our presence.

By identifying us as *Adidravidar*, there was a change in our age-old derogatory perception as low caste *Paraiyar*, *Panchamar* and untouchables, and we received the same community status as the Anglo Indians, Muslims and Christians. The *Adidravidar* community too got similar rights as the other groups, to participate in administrative affairs, and occupy positions at supervisory and ministerial levels. Thus, through my efforts to bring together the *Adidravidar* as a group, it was now possible for them to join assemblies, municipalities, local boards, panchayats and institutions, to get high-ranking jobs in the civil service, to become Mayors, to rise in education and wealth and on the whole to establish themselves as an important community. The *Paraiyar* Mahajana Sabha has continued to progress in its work although due to the changing times and circumstances, the names were further demarcated, 'Madras Depressed Classes Federation' and 'Scheduled Castes Party' by the prominent people and they elected me as President of the association. The fight against the upper caste discrimination, persecution against the scheduled caste continues as always, a flame that refused to gutter.

In recent years, the Civil Service examinations have been held in India, a shift I once opposed but now see differently. Our youth have risen to the challenge, their capabilities sharpened by time and opportunity. Yet, as I go about my daily duties, the plight of my people lingers in my thoughts; their struggle for cleanliness, hygiene, and dignity in their surroundings remains unfinished. I pray they may one day reap the blessings of those who toil selflessly for society's good, their lives enriched with prosperity and peace. The Adidravidar society emerged not by chance but through deliberate, defiant steps; each one a testament to our unyielding spirit.

Education

To lift the marginalized, impoverished, and socially neglected from the mire of ignorance and illiteracy, education is not merely an option, it is a necessity. With this conviction, the government issued directive G.O. 68-1803, a landmark order mandating compulsory education to empower the downtrodden. Among its provisions was a bold promise: if even seven children gathered to learn, the state would recognize it as a school and provide a subsidy. This decree stood as a milestone, a beacon of hope for those long overlooked. Yet, its light struggled to pierce the shadows of reality.

The upper caste Hindus, entrenched in their privilege, refused to teach the children of the "untouchable" classes. Meanwhile, the deprived communities lacked teachers of their own, leaving a void that stifled progress. In Madras, missionary schools, often more intent on conversion than education and without government incentives, saw little gain in enrolling Adi Dravida children. As a result, the state's assistance program languished, its impact in the city reduced to a whisper. On October 21, 1898, I confronted this grim truth head-on, raising the issue with the government. My persistence bore fruit: an order was issued to establish Corporation schools in Madras, a lifeline that enabled countless individuals from my community to climb the ladder of learning and advance toward a brighter future.

Government records reveal a longer arc of concern. As early as 1772, officials had taken note of these communities, though their efforts were sporadic. Correspondence between Parliament and our government in that era hints at an awareness of our farmers' struggles, with intermittent attempts to ease their burdens. By 1818, the Revenue Department inquired into our conditions, but interest waned thereafter, leaving a century of neglect in its wake. It was not until 1893 that education gained renewed focus— yet even then, the steps taken were faltering and fell short of true transformation.

The machinery of administration, from revenue officials to superintendents, inspectors, tahsildars, deputy collectors, and collectors, was overwhelmingly staffed by upper castes, landowners themselves, who wove a web of cunning and intrigue to thwart our farmers' progress. Their allegiance lay with their own, and their subtle machinations rendered government initiatives impotent. Against this backdrop, I launched the "Paraiyan" magazine in 1893, a rallying cry to break the silence that had cloaked my people for 121 years. It was a spark that ignited awareness, compelling our community to demand education as a right, not a privilege. Since then, the government has spent between 20 to 30 lakhs of rupees annually into education for the downtrodden, channeled through the Labour Commissioner and Department Director. This investment; spurred by our relentless advocacy has begun to bear fruit, though the harvest remains incomplete. Education is the cornerstone of human progress, a truth I've championed as a member of the University of Madras for over a decade. With unwavering focus, I've supported the Adi Dravida community's advancement, ensuring their voices are heard and their potential nurtured. The struggle for education is more than a quest for knowledge; it is a battle for dignity, a fight to reclaim what was long denied. Every step forward dismantles the chains of the past, and I remain steadfast in my belief that an educated Adi Dravida society will rise to shape a future of equity and strength.

The Legislative Assembly

Within three months of joining the Legislative Assembly, I seized the opportunity to strike at the heart of injustice. I introduced a resolution in 1924, that swept through the House with unanimous approval and earned the government's endorsement: a decree that the so-called "untouchables" be granted unrestricted access to all public amenities like, roads, wells, buildings, markets, and shops; eradicating the stain of untouchability once and for all. This vision became law in 1925, flinging open the doors of common spaces to every citizen, a triumph born of conviction and collective will.

Convinced that sobriety was a pillar of progress, I turned my sights to the scourge of alcohol. I proposed a resolution to shutter government-run liquor shops on Sundays, public holidays, and key festival days, a measure embraced by the Assembly's members. For a fleeting moment, the shops stood silent on Sundays, a small victory for restraint. Yet, within months, the government reversed course, citing a dip in excise revenue as justification, and the taps flowed freely once more. The setback stung, but my resolve held firm.

Illiteracy, too, was a chain I sought to break. I tabled a petition to curb the exploitation of the unlettered, who were often deceived into pressing their thumbprints on documents they couldn't comprehend. My proposal demanded that tahsildars or equivalent officers read legal papers aloud to the parties involved, ensuring clarity before a thumbprint sealed the deal. Witnesses and signatories alike would confirm understanding, ending the era of blind consent. I urged village officials, like accountants, to abandon this shadowy practice, but the government turned a deaf ear, and the bill withered on the vine.

Hereditary privilege in government roles; munsifs, accountants, and beyond; drew my ire next. I moved a resolution to abolish these entrenched appointments, arguing for merit over birthright. The backlash was swift: those who held such posts rallied across the country, their protests a cacophony of resistance. The resolution never reached the council floor, buried beneath the weight of vested interests.

In the village munsif courts, I witnessed a grotesque indignity: criminals confined in stables like beasts. Outraged,

I denounced this barbarity and, in a blaze of protest, reduced those stables to ashes; a defiant act against a dehumanizing custom. The flames spoke louder than words, but the practice lingered in the shadows.

Taxation, too, demanded my attention. I brought forth a resolution to abolish the salt tax entirely, arguing that its low cost spared the poor undue burden while its revenue fueled services for their benefit. The Assembly balked, and the tax endured, yet the Government of India later paid over ten lakhs to the Madras State as compensation. I had hoped those funds would uplift the Adi Dravida; instead, they were diverted elsewhere, a bitter reminder of misplaced priorities.

Land taxes stirred another fight. I challenged a bill that allowed wealthy landowners to dodge fair payment by mislabeling fertile fields as barren. When poor farmers begged to cultivate these lands for survival, the elite conjured excuses as water catchments, grazing pastures, festival grounds and erecting boundary stones they claimed as sacred to thwart them. These same landlords, who sent their children to fine schools and rode in motorcars, living in luxury, pleaded inability to pay taxes, yet paid labourers a pittance of two annas a day. I thundered against this injustice, deeming it intolerable, and the bill slipped through, a victory for the privileged few.

The depressed classes of my constituency chose me as their voice, drawn to my genuine care for their struggles.

For fifteen years, I served in the Legislative Assembly, later ascending to the Legislative Council as a nominated member. Across committees and commissions, I wielded my influence, offering suggestions, voicing opinions, and testifying to shape decisions. Each resolution, each protest, was a brick laid in the foundation of a fairer society, a legacy forged through persistence in the face of resistance.

Habits and Practices

Even as I pen this life history, the fight against entrenched discrimination persists. Rao Bahadur M.C. Raja, a steadfast ally, introduced a bill in the Assembly to dismantle the oppressive practices of upper caste Hindus, whose actions continued to plague the Adi Dravida community. The resolution sailed through both the upper and lower houses, emerging as law a beacon of hope against the tide of prejudice. Yet, like the British Malabar District Temple Entry Act, it remains a hollow shell, a "toothless snake" coiled in ineffectiveness. For the law to bite, victims must drag their tormentors to civil court; a daunting task when the upper castes hold sway. Should the Adi Dravida rescue their own from starvation or assault, the cycle of atrocities merely pauses, only to sprout anew within days. The promise of justice dangles just out of reach, mocked by the habits and practices that refuse to yield. These stubborn customs are not mere relics, they are living barriers, woven into the fabric of daily life. Upper caste Hindus wield their traditions like a cudgel, striking at the dignity of the downtrodden with unrelenting force. The law, though etched in statute, lacks the teeth to rend these practices asunder, leaving my people to navigate a landscape where progress is perpetually deferred. I have seen their resilience, their quiet endurance, yet I know the burden of enforcement falls too heavily upon those least equipped to bear it.

This struggle is not new. For decades, I have watched as legislative victories; hard-won through tireless advocacy, clash with the inertia of societal norms. The Adi Dravida community remain tethered to a reality where rights granted on paper dissolve in the face of habitual oppression. My heart aches for a day when these laws grow fangs, when justice is not a plea but a promise fulfilled. Until then, we stand vigilant, our spirit unbroken, pressing forward against the weight of centuries.

Round Table Conferences

Dr. Ambedkar and I were chosen by the government to represent the depressed classes in India and invited to England for the All-party Meet of Round Table Conference. We both went and attended all the conferences held at London in 1928 and 1929 and 1930. In 1930, Dr. Ambedkar alone attended and participated in the all-party Conference while I was invited to the India Viceroy Consultative

Committee, as member to advice and participate in it at the Round Table Conference. We both worked as nail and flesh relentlessly by giving our heart and soul. Both of us demanded a separate constituency and voting rights successfully for the depressed classes' people of India. It is notable that our depressed community were provided more advantageously than others. Our people will understand the benefits gained through these efforts in the next two or three elections. Soon the downtrodden will be elevated to the level of the privileged and attain important positions within the government. Realising this, the upper caste Hindus stirred up the agitation for Temple entry and abolition of untouchability, so that the depressed classes are not alienated from them.

I feel compelled to share a few incidents that happened during the ongoing Round Table Conference. Indian delegates to the Conference were invited to Windsor Castle to meet King George V and the Queen. Both Emperor George and the Empress shook hands with me and this happened three times. Refreshments were served at the Palace. Another time I got to speak with the King and the King asked me what untouchability was. I replied that a person belonging to an upper caste would not touch or be touched by a person of lower caste. The King again queried, " If a person belonging to a lower caste falls in the street, will a person belonging to an upper caste not give him a hand? "I replied saying that this would not happen. The King was shocked and moved slightly and stood up saying

"I will not allow such a thing to happen in my regime." Isn't this privilege of our community to be able to enter the Royal Palace and shake hands and speak freely with the King Emperor? The treatment of us as equals with other communities, indicates the kindness and magnanimity of the King and the British reign. It is also explicit that our community will soon be transformed into better prospects of development.

While in London, I take a trip down memory lane of two or three incidents which I will quote here very shortly. In 1893, when the Civil Service Examinations were to be held in India, I vehemently opposed it along with my community people. At that time a discussion was held on my opposite stand and Lord Eardley Norton who spoke in favour of the Congress party, mocked me saying that; he objected, me belonging to the Paddington hamlet hut, aspiring to reach St. James Palace. Today, the Round Table Conference is being held at the very St. James Palace place. As I was sitting in the big Hall of the Palace, I recollected what Norton had said in sarcasm. I smiled and rejoiced, thinking that all that was happening for the sake of the poor down-trodden people and was the divine act of God. When I returned to India, I printed and distributed at my own expense, pamphlets; about all news of the proceedings of the Round Table Conference, for the benefit of my fellow community people. I also participated in many meetings and shared the empiricism through my lectures.

Poona Pact

The Round Table Conferences had ignited a spark of hope, securing separate constituencies for the depressed classes, a hard-fought triumph that promised a voice in governance. Yet, this victory faced a storm upon my return to India. Mr. Gandhi, steadfast in his opposition, demanded a Joint Block system, merging our rights with the broader electorate. When his pleas fell short, he embarked on a fast unto death at Yerawada prison, a dramatic bid to unravel our gains. The pressure mounted, on September 24, 1932, representatives of the depressed classes and Hindu leaders converged in Poona. There, an agreement emerged: the Hindus yielded twelve additional seats from their share, swelling our representation in the Madras Assembly from 18 to 30. This Poona Pact, a fragile compromise, was set to last ten years, binding our fates to a joint electorate.

The Poona Pact can be found in Annexure 3.

The aftermath reshaped the political landscape. Chennai's State Assembly split into two chambers; the Legislative Council (Upper House) and the Legislative Assembly (Lower House) a structural echo of the Poona Pact's reverberations. Yet, the promise of empowerment frayed at the edges. Of the 30 members elected to the Assembly from our ranks, 27 defected to the Congress Party, lured by alliances rather than loyalty to our cause. Neither the voters who chose them nor the elected grasped the full weight of social service and its benefits. Some among the depressed classes blamed the joint electorate, but the true culprits were ignorance and poverty; twin shackles that bound us still. A separate constituency, too, would falter under these burdens, for the root of our struggle lay deeper than electoral design.

Joint Block

The Poona Pact birthed a hybrid beast: the Joint Block, a fusion of general and reserved constituencies designed to weave the depressed classes into the electoral tapestry. Its mandate was clear; each block required at least two candidates: one drawn from the general pool, the other from a reserved category, ensuring a foothold for the marginalized amid the broader vote. In Madras, this swelled our Assembly seats from 18 to 30, a numerical gain that shimmered with promise. Yet, beneath the surface, the reality curdled.

Party operatives from other communities swooped in, coaxing our elected members into their folds. Of the 30 persons chosen to represent us, 27 defected to the Congress Party, abandoning the cause for alliances forged in shadow. The voters who lifted them to power, and the elected themselves, remained blind to the deeper currents of social service its duties, its rewards. Ignorance and poverty, not the Joint Block's design, were the true saboteurs. Some among us pointed fingers at the joint electorate, but I saw a harsher truth: even a separate system would buckle under these same frailties. The Joint Block stood as a fragile bridge, meant to unite, yet trembling under the weight of disunity and betrayal. For a fleeting moment, it held potential—a mechanism to amplify our voice within a shared arena. But its success demanded more than structure; it required a community awake to its power, unshackled from want and division. As I watched our gains slip through grasping hands, I mourned not the system, but the readiness it presumed we possessed.

Separate Constituency

In November 1938, the Corporation elections in Madras, offered a glimpse of what might have been. Adi Dravida candidates stepped forward, vying for reserved seats under a separate constituency—a system Dr. Ambedkar and I had championed at the Round Table Conferences. They campaigned with fervor, rallying our community while appealing to other parties with a pledge of solidarity for all. The ballot became a battleground, a chance to wield power carved out for us alone. Yet, victory soured into disillusionment.

The educated, wealthy, and politically astute among us; those with the means to lead, turned their backs. Rather than bolster their own, they forged ties with rival communities and parties, trading loyalty for leverage. This betrayal cut deep, a wound, I traced back to the Poona Pact's ink. That agreement, wrested from Gandhi's fast, had diluted our hard-won separateness, tethering us to a joint electorate. Ten years of struggle, etched in London's halls, seemed to vanish in a breath, lost to a compromise I now rued. If history taught us anything, it was this: a separate constituency could have been our fortress, but only if our own held the line.

Dr. Ambedkar and I had fought to secure voting rights; a triumph that lifted 30 of our own into the Legislative Assembly. Yet, 27 surrendered that mantle to outsiders, a loss our people scarcely grasped. The separate constituency glimmered as a dream deferred; a tool of empowerment, undone not by its design, but by the frailty of those it meant to serve. My heart ached for a unity that matched our numbers, a strength to turn this vision into enduring reality.

Temple Entry

As the specter of complete self-rule loomed over India, upper caste Hindus grasped a sobering truth: untouchability's persistence would bar their path to independence. In a strategic pivot, they introduced a temple entry bill in the Assembly, granting the "untouchables" access to Hindu shrines, a gesture more political than pious. The bill swept through both houses and was enacted into law, its clauses mirrored in the Kerala districts under British rule, promising entry to sacred spaces long denied. The ink was barely dry, and whispers of enforcement stirred, hinting at a shift on the horizon. Yet, this was no act of benevolence but was a reckoning with history I had long illuminated. Through the "Paraiyan" newspaper and countless pamphlets, I had laid bare a buried truth: many of these temples rose atop the cemeteries of Adi Dravida elders, their sanctity usurped by those who now barred us. Our own temples welcomed all; Brahmins included, without hesitation, a stark contrast to the upper caste sanctums where only the four varnas held sway. If they truly opened their doors, every Adi Dravidar who wished could step inside. The choice rested with them, and I pressed it home in my writings, titled simply "Temple Entry", urging them to justify their exclusion.

Last year, when a group of Hindus gathered in Madras to champion Sanadana Dharma, I seized the moment. I printed and distributed pamphlets exposing the origins of their revered shrines: Tiruchirapalli's Sambava Samban, recast as Jambukeswarar; Thanjavur's Piriviyidai Samban, renamed Brahadeeswarar; Thiruvarur's Thyaga Samban, cloaked as Thyagaraja Perumal. These were not mere idols; they were our ancestors, their resting places seized, their legacies rewritten. After erecting temples on our cremation grounds, commandeering their services, subsidies, and wealth, was it just to bar their descendants from entry? I demanded an answer, my words a gauntlet thrown at their feet.

The upper caste Hindus faced a mirror they could not shatter. Their bill, though law, teetered on the edge of intent and action, its success hinged on their willingness to dismantle centuries of exclusion. For the Adi Dravida, temple entry was more than access; it was reclamation, a step toward restoring what was stolen. I stood firm, my pen a torch in the darkness, illuminating a path where justice might yet prevail.

Religious Conversion

When Dr.Ambedkar publicly announced to convert himself to Buddhism along with the depressed class people, I telegraphed that the downtrodden were not included in Hindu-fold and should continue to advance with manly valour from their own religion. It is explicit that the downtrodden does not fall in the four varnas (castes) of the Hindus thus they don't come under Hindu society.

The lure of conversion was not new. For centuries, the upper castes' relentless atrocities had driven the downtrodden to seek refuge in other faiths. The government, responding to our pleas across generations, had extended aid; education and economic upliftment, to ease our plight. Yet, those who crossed into new religions demanded parity with us, clamoring for the same benefits. I saw the flaw: legislation defined the downtrodden as a specific group, tied to our ancestral struggle. Converts, by stepping into another fold, severed that thread. They could not expect to inherit the privileges carved out for our original community; privileges born of our endurance, not their newfound faith.

This was no mere quibble over rights but was a shield against division. Converts might siphon aid meant for us, sparking conspiracies to lure more away. I pressed this point in the Assembly and inked it in newspapers: those who embraced other religions must seek their own path to government support, distinct from ours. Our identity, forged in resistance, was not a garment to be shed for another's cloak. I urged my people to stand firm, to advance as Adi Dravidar, not as shadows of borrowed beliefs.

The upper castes watched, their hands stained with the oppression that fueled this flight. Conversion offered no benefit, was a mirror to their failure, a testament to the rejection they'd sown. My voice rose not to bind, but to embolden: let us rise as we are, a people unbroken, our roots deep in the soil of our own making.

Buddhism

In the year 1882, I met Madame Blavatsky and Colonel Olcott in the Nilgiris and spent some days with them. I joined the Yoga Conscience Society (universal) and was initiated (Deeksha) by Colonel Olcott who was its President. He lectured his preaching's and promoted Buddhism. In the year 1900, he started introducing the religion to the lower caste communities. I feared that this would cause division in our society and warned him through the Press. We used to attack each other spontaneously generated masters' squabbles through newsletters. Some people converted to Buddhism. They reasoned that to be called as Buddhist are better than *Parayar* and built Monasteries in some places. The educational and monetary privileges and assistance that the AdiDravida or *Paraiya* community receive from the government will not be available for the converts. All Hindus including those lower caste people of Tamizh religion are essentially of the same legacy. However unable to withstand the atrocities committed against them by the upper castes, the downtrodden people are converting to other religions.

For many years, the government has been helping the downtrodden people to improve their menial unfortunate condition in terms of education and economic growth, as a result of their appeals and petitions through centuries. Those who converted and joined other religions argue and ask for the benefits of the government on par with the downtrodden community. Nevertheless, these communities are defined by the government legislation. According to this, the assistance given by the government to a member of one community cannot be availed by a member from a different religion. If they convert from one religion to another, they are people who have transformed from the society they were in. They could not expect the same privileges as their original society within their new community. The lower castes fear that if they do so, the converts will get all the help and there will be conspiracy to convert others. Therefore, since those who have converted to another religion do not belong to their original community, it is best to seek assistance from the government, separately for those converts. I have made this point several times in the Assembly and write for newspapers as well.

India Congress

A Universal Knowledge Centre called Theosophical Society functions in Adyar, Madras. In 1884, the annual festival of this society took place. I was also a member of this association. Bengali Babus, Bombay Parsis, our provincial Brahmins and many people from Europe, America, Sri Lanka etc. came and participated in that ceremony. I too went and participated in the ceremony. Colonel Olcott was the President of the Theosophical Society. During this ceremony, Bengali Babus led a discourse. In this manner, many Indians joined together and discussed; thus originated the idea of a council or association related to Politics. After they proceeded to Calcutta the India Congress birthed in 1885. Colonel Alcott would claim that the Congress was started by him.

There were nerds and wealthy people in the Congress. They spoke and took actions with the ulterior motive of capturing the government, but they did not think the least about the condition and progress of their Indian country men, who were oppressed, pushed down to poverty in millions. Due to this, the downtrodden people are feeling hatred and resentment towards the Congressmen. I have already said that in the year 1894, we the downtrodden people opposed the bill brought by the Congress in the Parliament to hold the civil service examinations in India and we won. For 45 years, the downtrodden people have been arguing and counter arguing with the Congress. For 20 years since 1918, Mr.Gandhi along with his supporters have been fighting in public with upper caste Hindus to end untouchability which is like rain in the forest. Mr. Gandhi is an eminent instructor of the Congress. He is making immense efforts to spread the movement to abolish untouchability. Although upper caste Hindus tongues are turned towards the abolition of untouchability their mindsets remain unchanged. Some among the downtrodden might say, "The ghost of untouchability haunts the upper caste Hindus" and they cannot drive away the ghost themselves, but if we take the rod, we can banish it away from the country within a year. They say that if there is rebellion, justice will be restored. But rebellion can be deadly. I think it will take a long time to recover from that. Because enmity, hatred and pride are sinful. The trick is to be well versed in political tactics and work towards a system of assuming power. For this we need to strengthen the *Adidravidar* community. We see upper caste Hindus entering the fight as bulls, crouching down and crying at the wet goats, and running into the herd and robbing them. Such people should be identified and dealt cautiously. Also those who deceive society for monetary gain, power status, must be taught lessons. The Congress and upper caste Hindus rule within a self-governing system and also strive for complete autonomy. Before they achieve self-governance, the *Adidravidars* must stand up and earn strength to reach better status. It has been my experience that upper caste Hindus will not give way to the downtrodden until they fear the hardships and losses that will befall on them. My idea is that we should support the society and undertake social services.

Mr. Gandhi

Mr. Gandhi has always been surrounded by educationists and wealthy men. I have listened to his speeches in 1895 and 1896 at the Pachayappa's College and in 1902 at Zanzibar Island in East Africa. I met Gandhi on his tenth day of fasting at Phoenix in South Africa. He received me very fondly and praised my efforts. From then onwards we became friends. That meeting may have been in the year 1906. After his return to India, he championed against untouchability. I wrote an open letter to him in 1920. I published it in the form of booklet. During the Round Table Conference, I met him many times. But he adamantly refused to allow separate electorate for the depressed classes, even if it meant losing his life. However, the depressed castes were given separate electorates. Therefore, he undertook a fast unto death at the Yerrawada prison to prevent the depressed classes from being given separate electorates. While he was in prison, I visited him three times. He refused to agree. I understood that not counting to advocacy or courage Gandhi opted for fasting. Moved by sympathy I signed the Poona Pact.

He was always seeking solutions through spirituality and mysticism and declared about hearing mystic voice often. I too am hearing such mystic voice as many others also have had such grace. But I instructed through my publication that such mysticism should not be publicised. I have published my discussions with Gandhi when he visited Madras in the form of a small book. He collected many lakhs of rupees on behalf of the downtrodden people and spent on the education of their children. Even after 20 years of campaigning for the abolition of untouchability, he was unable to transform the narrow mindsets of upper caste Hindus as one cannot peel the fibre from the stone. He has brought the downtrodden people under the collective name as 'Harijans'. He also published a magazine called 'Harijan'. He writes anything as his mind goes. It is evident that none of his writings contained the opinions of the depressed classes. It is his self-seeking pursuit. He is a blessed soul that hears divine voice.

My Family Life

It is my beloved soul mate, my wife's non-confrontational, and gentle character that made me stay away from borrowing and without becoming a debtor. My wife's complete support made it possible for me to work for the welfare of the society. I have marked this on my wife Ranganayaki's tombstone in Otteri cemetery in Chennai.

Conclusion

When I started and published the newspaper, the elderly people met me and blessed me saying, "The seed that you have sown has taken root and will grow into a large tamarind tree that sways against the wildest winds whereas other trees will not bend against the strong winds but will break and perish". During the stormy sea, just like the big waves hitting one after another, the upper caste Hindu communities' continued hostilities and attacks, which the depressed classes have endured and lived during the fifty years of this life history. The farmers of this community living in the villages have stirred the soil providing food and sustenance to the people of this country not yielding to hatred, enmity or rebellion, they established themselves as loyalists of the nation. As they become shrewd, they will develop in the path of progress. Also, the Adi Dravidar community will realise the strength and importance of their voting rights, and will set the seal on their destiny and through their own efforts, will carry the sceptre and flourish in prosperity.

In the coming future, may God bless this community so that they become a formidable force, contributing immensely to bolster to the progress of our nation.

APPENDIX 1

Protesting the Civil Service Examination; To, the Honourable Members of the House of Commons of, Great Britain and Ireland Parliament:

We the *Paraiyar* community who reside at Madras and surroundings bring to your notice our open discussion as an appeal:

In the Madras Presidency, according to the present Census, the *Paraiyar* community constitute around 90 lakhs approximately or 25 percent of the South Indian population. We the representatives of the Paraiyar community as appellants, hereby acknowledge, Lord General Chesney who brought the Mohammaden citizens' appeal, similar to this is validating that the civil service examination will not be held simultaneously at India and England. This seems to validate the employment expectation of both the Bengalis and Brahmins of the Hindu community if the Civil Service Examination is held simultaneously at India and England. The indigenous newspapers support this expectation. The British alone are able to take the best position of employment through the Civil Services Examination in the government. However, to make them relieve from these responsibilities and finally capturing such higher positions is the Hindus' plan of action. Because of these reasons and other factors, the government had stopped the Civil Service Examination being held in India.

The *Paraiyars* are to be ameliorated because from the ancient days to the present, the impurity mark as untouchables and the tyrannical slavery of oppression, traces their roots to the source to the Brahmins. In comparison, to the English people, Brahmins are awful in ethics and morality. The appellants decisively believe that the Brahmins' motive is to qualify in the civil service examination and gaining supremacy in the higher positions. The present law has brought happiness to the *Paraiyar* community. The farmers of *Paraiyar* class are mostly supreme amongst the agriculturists. The *Paraiyar* agriculturalists are supporting crutches for the Government like many other countries. Hence, we appeal to Lord. Paul to prevent this new arrangement of exams being conducted in India as per request of the upper-class people.

The *Paraiya* children have no place in the outer districts' village schools where the upper caste children study. In the village hamlet streets of upper caste dwellings, the cow calf and so on can walk but the *Paraiyar* community doesn't have a pathway. The *Paraiyar* are prohibited to get water from the water bodies, but the villagers can draw water there. Almost they are cast away and discarded from the society of humankind like leprosy stricken. The civil service examination has been levelled by these poisonous people which make *Paraiyar* community scared and see their enmity in nature towards them. They have justification for this. This is proven by witnessing until the day. Though the British Lordships permit to appreciate each other's independence, some of them are not so, due to arrogance.

Nevertheless, not leaving their ignorance, the *Paraiya* community traditionally suffer by cruelty, treachery thus sticking to these atrocities as slaves of the land for ages. In the Indian government, they are in hapless and helpless situations. This Lordship eliminates the defects of the people of this nation in the path of virtue.

From time immemorial, our own countrymen bear the atrocities and oppression. Praising the upper castes; as civil servants with good education, will be kinder and more sympathetic is superficial. The appellants with due respect believe that the British alone are suitable for such high positions under whom they could get justice or protection. Because they are not prejudiced, as traditionally they have good qualities which are seldom seen in their communities. Since they are symbolised by the good qualities the British alone are eligible to govern the Indian citizens of all classes. On the other hand Brahmin minds follow the traditional superstitions and such qualities are imbibed in them for ages with agnostic customs. And English education covers just a veil. Napoleon's proverb: - Scratch a Russian and you'll find a tartar. Similarly, if the foam of western artistry in Brahmins be removed can see only sediment. If a Brahmin acquires the civil service employment in high ranks, the *Paraiyars* who are in the most unfortunate condition amongst the citizens of the Queen, all the efforts to ameliorate them and recognise them on par with others will be unfulfilled and wasted. Also, this might create unnecessary obstacles and upset them. Moreover, the Brahmin officials are leaning on caste discriminations and so on, will bring great embarrassment to the *Paraiyar* community. This is weird through the Brahmin's age-old customs thereby practicing. Unless the modernist British government compels a Brahmin to do good to the *Paraiyar* he will not do on his own. Hence the British are sharp nail for the whole Indian government.

The above said facts are not just for attitude's sake. In the outer districts and villages, caste inequalities and restrictions are observed mercilessly to the core. It is a known fact that the ignorant villagers behave primitive following the caste prejudices. Nonetheless in the state capital Chennai, the *Paraiya* students are strictly prohibited from admission in the Pachayappas College. Also, in the Brahmin dwellings of Agraharam in Mylapore, where the high court judge resides, the *Paraiyar* people must not enter and such sign board is displayed, adding that if anyone from the *Paraiyar* community enters, blasphemy and punishments are inevitable.

To conclude in short, the *Paraiyar* community are satisfied in the British governance that follows justice. If Lord. Paul's order come into force, Brahmins will secure civil service employment, thus not adapting the justice that is carried by the British officials. All the more the *Paraiyar* people will be vehemently tortured. Also, one's strength, business ventures, masculinity, and supremacy of the Brahmins according to the unbiased observers stands as witness to the appellant *Paraiyar* people. Therefore, they plead to the Honourable assembly that, Paul's order must be stopped. This would save the Paraiyar community from the clutches of demonic tortures. From the past to the present, future also will face such chronic maltreatments which in turn will earn a bad name for the British government. Uplifting one of the castes through education also will be stopped. Since ancient days the unfortunate *Paraiyar* people caught and bitten by the teeth of heinous slavery, should be ameliorated and uplifted to a new life as strong community. Moreover, they will be like iron metal to the powerful British Kingdom.

For such kind of, we the appellants are obliged.

Appendix 2

An act was passed on January, 1925, Fort St. George Gazette part 1.A Supplement published and after amendment on 28th, 1925 was published as below:

Fort St. George, in the year 1924, September 25th (2660 L. & M. Government Order)

1009: - on August 25th, 1924 the Legislative Council met and passed a resolution as below:

This Resolution was introduced by RAO BAHADUR, R. SRINIVASAN.

1. (9) This Legislators recommend to the government below said; that is:-

(a) Any person or persons belonging to any class or community in city, town or villages where roads, street, or pathways can use them without any objection,

(b) The upper caste Hindus whichever way or as much as use and walk freely in to the government office premises, using any general water bodies or usual public meeting places, or enter any public places, the same way that the *Paraiyar* community can enter freely and use all the public places without any objection or restriction,

This is the government's principle which is accepted clearly and declared and published herewith,

Since this is government's policy, all the local authorities, departments' heads, are hereby announced to adhere to this new Act and follow it.

Is signed by: C.P. Carterel, Government Secretary.

According to the above said resolution the local boards and municipalities 'laws were amended.

Local Boards:

The 14th act of 1920 is amended as per Act 1 of 1927, part 157 A: - if anyone who walks in public roads or streets is stopped or prohibited, fine of Rs.100 will be imposed

The 14th act of 1920 is amended as per clause 11 chapter 167 part: - those who prevent anyone entering the local board markets will be fined an amount of Rs.100.

The 14th act of 1920 is amended as per 23rd act of 1933 of part 126 A: - those who prevent anyone using the public wells, tanks and water bodies will be fined Rs.100

District Municipalities

The 5th act of the year 1920 is amended on October1st 1930 part 180 A: - anyone is prevented to walk or use the public streets is fined Rs.100.

Clause of the Acts part 227: - prevention of using wells, tanks are fined Rs.100

Clause of the Acts part 259: - preventing anyone using the markets are fined Rs.100

I've printed the above said laws and acts in a pamphlet book form and anyone requires can get by post paying one anna.

Brahmin Cheri or residing place named as Kalpathi was there in Palakkad district of Kerala. These Brahmin residents will never allow anyone other than Brahmin to enter their place and they got orders from the High Court and also Privy Council in support of their decision. The non-Brahmin doctors must visit the patients there by riding a horse alone. Next to this locality, was a village where the untouchables called *Izinjar* community lived. Some of them knowingly read my resolution that became a law entered the Brahmin area during the temple festival. But the Brahmins beat and chased them away and filed a complaint petition in the Magistrate Court. After the investigation the petition was dismissed. The Brahmins appealed in the high court. However, it was decided that the boundaries, streets, and pathways maintained by the local board municipalities can be utilised by the public. At present, all the people enter into the Brahmin Cheries. I presented the pamphlets to the concerned officials which stated that the Public places, water bodies, Choultries, buildings, and roads etc. can be utilised by one and all and the downtrodden people are able to enjoy the benefits and facilities in many places in the country.

Appendix 3

Poona pact or agreement

In the Round Table Conference, the representatives of the downtrodden people, demanded separate constituency for their community. Mr. Gandhi opposed it and said the downtrodden people should be included in the Joint Block. But it was decided that 18 places were allotted as Separate constituencies. After returning to India, Gandhi demanded for Joint Block and undertook fasting. The representatives of both the downtrodden community and the Hindu community discussed together. It was decided that the Hindus would give 12 places from theirs for the assembly elections which should be included in the Joint Block. Hence, we (downtrodden) got 18 to 30 places in Chennai Assembly. This agreement is only for ten years. This Pact occurred on 24th September 1932.

Details of the Agreement

(1) Regarding the representation for the oppressed classes in the Legislative Assembly, and their welfare and safeguards, an agreement between their community leaders and the Hindu community leaders was reached as the following:-

In the Joint Block positions of the state Legislative Assemblies the seats will be allocated for the oppressed classes.

Chennai	30
Bombay along with Sind	15
Punjab	8
Bihar, Orissa	18
Central Province	20
Assam	7
Bengal	30
United Province	20
Total	**148**

As per the judgment of the Prime Minister, it is in evidence or in relation of the total seats of the provincial legislative assemblies, the calculations are prepared and approved.

Election Process

(2) For these political posts, election will be held through joint Block or joint electorate. And that election will be conducted by the following process: -

In the general voters list of a constituency, the oppressed class members who are registered in the voters list will be in a category. This category will elect 4 oppressed class members in a single vote. In this preliminary election, those who secure majority votes will be the candidates for the general constituency voters to be elected.

(3) In the Central legislative assembly also, the oppressed class representation as drawn in clause 2 of the Provincial legislative assembly is followed. That is, they will be allocated representation in the Joint Block. However, the oppressed class voters will elect 4 of their representatives by single vote first and then these 4 persons will contest as candidates in the Joint Block. And 18 seats are for the central legislative assembly

(4) Among the general constituency seats of the British Indian Joint Block, 18 percentage will be allocated for the oppressed classes.

Ending period of Preliminary Elections

(5) The system of electing preliminarily the oppressed class representatives of 4 for each nomination in the Provincial and Central legislative assemblies and then make them candidates to contest in the Joint Block will come to an end after 10 years. But according to clause 6, this can be withdrawn even before 10 years by mutual agreement. In case this does not happen, after the period of 10 years will automatically come to an end.

(6) According to clauses 1, 4, positions to be reserved for the oppressed class representation in the Provincial legislative assembly will continue till mutual agreement between the concerned parties to end this.

(7) The voting eligibility mentioned by the Lothian Committee, for the Central and Provincial legislative

assemblies are similarly valid for the oppressed people as well.

(8) Elections regarding local institutions or in relation to working class nominations, just for single reason that a person belong to the oppressed community no discrimination or discomfort must be shown. With regard to government working class nominations, if the oppressed people qualify the criteria, then their representation will be ensured by full efforts.

Education Grant

(9) From the education subsidy in every Province, educational facilities to the oppressed communities, substantial amount is being allocated.

9 7 9 8 8 9 7 7 7 3 4 5 9